ANG MAYAMANG LASA NG OMAN

100 Recipe na Nagdiwang sa Mga Tunay na Panlasa ng Omani Cuisine

ANTONIA FERNANDEZ

Copyright Material ©2023

Lahat ng Karapatan ay Nakalaan

Walang bahagi ng aklat na ito ang maaaring gamitin o ipadala sa anumang anyo o sa anumang paraan nang walang wastong nakasulat na pahintulot ng publisher at may-ari ng copyright, maliban sa mga maikling sipi na ginamit sa isang pagsusuri. Ang aklat na ito ay hindi dapat ituring na kapalit ng medikal, legal, o iba pang propesyonal na payo.

TALAAN NG MGA NILALAMAN

TALAAN NG NILALAMAN 3
PANIMULA 6
ALMUHAN 8
   1. Tinapay ng Omani (Khubz Ragag) 9
   2. Omani Chebab (Mga Pancake) 12
   3. Omani Shakshuka 14
   4. Omani Laban (Yogurt) na may Petsa 16
   5. Omani Bread Omelette 18
   6. Omani Khabeesa 20
   7. Yogurt at Dates Smoothie 22
   8. Omani Sardine at Potato Hash 24
   9. Omani Ful Medames 26
   10. Omani Cheese Paratha 28
   11. Omani Maldouf Flatbread 30
MGA MERYENDA AT PAMPAGANA 32
   12. Sari-sari Dates Platter 33
   13. Omani Foul 35
   14. Samosa 37
   15. Omani Khubz (Flatbread) Chips 40
   16. Omani Dates na may Almendras 42
   17. Omani Stuffed Vine Leaves (Warak Enab) 44
   18. Omani Lahm Bi Ajeen (Meat Pie) 46
   19. Omani Falafel 48
   20. Omani Spinach Fatayer 50
   21. Omani Grilled Halloumi 52
PANGUNAHING KURSO 54
   22. Omani Oats Soup (Shorba) 55
   23. Qabuli (Afghan Rice Pilaf) 57
   24. Omani Traditional Mashuai 59
   25. Mandi Rice na may Manok 61
   26. Majboos (Omani Spiced Rice with Chicken) 63
   27. Tradisyunal na One-Pot Chicken Harees 65
   28. Omani Fish Harees 67
   29. Chicken Shawarma 69
   30. Omani Shuwa 72
   31. Omani Mishkak 75
   32. Chicken Kabsa 77
   33. Omani Arsia 80
   34. Omani Chicken Biryani 83
   35. Omani Fish Curry (Saloonat Samak) 86
   36. Omani Lamb Kabsa 88
   37. Omani Vegetable Saloona 90
   38. Omani Lamb Mandi 92
   39. Omani Lamb Kabuli 94

40. Omani Kofta na may Zucchini Sauce 96
41. Madrouba 99
42. Manok na may Sibuyas at Cardamom Rice 102
43. Beef Meatballs na may Fava Beans at Lemon 105
44. Lamb Meatballs na may Barberry, Yogurt at Herbs 108
45. Barley Risotto na may Marinated Feta 111
46. Inihaw na manok na may clementines 114
47. Mejadra 117
48. Couscous na may kamatis at sibuyas 120

MGA SOPAS 122

49. Roasted Carrot Soup na may Dukkah Spice 123
50. Marak Samak (Omani Fish Soup) 126
51. Shorbat Adas (Omani Lentil Soup) 128
52. Shorbat Khodar (Omani Vegetable Soup) 130
53. Lime Chicken Soup 132
54. Harira (Omani Spiced Chickpea Soup) 134
55. Shorbat Hab (Omani Lentil and Barley Soup) 136
56. Omani Vegetable Shurbah 138
57. Omani Tomato Fish Soup 140
58. Omani-Balochi Lemon Fish Curry (Paplo) 142
59. Watercress at chickpea soup na may rose water 144
60. Mainit na yogurt at barley na sopas 147

SALADS 149

61. Omani Seafood Salad 150
62. Omani Tomato and Cucumber Salad 152
63. Omani Spinach at Pomegranate Salad 154
64. Omani Chickpea Salad (Salatat Hummus) 156
65. Omani Tabbouleh Salad 158
66. Omani Fattoush Salad 160
67. Omani Cauliflower, Bean, at Rice Salad 162
68. Omani Date at Walnut Salad 164
69. Omani Carrot and Orange Salad 166
70. Omani Quinoa Salad 168
71. Omani Beetroot at Yogurt Salad 170
72. Omani Cabbage Salad 172
73. Omani Lentil Salad (Salatat Ads) 174

DESSERT 176

74. Omani Rose Water Pudding (Mahalabiya) 177
75. Omani Halwa (Sweet Jelly Dessert) 179
76. Omani Mushaltat 181
77. Omani Date Cake 184
78. Omani Qamar al-Din Pudding 186
79. Cardamom Rice Pudding 188
80. Omani Luqaimat (Sweet Dumplings) 190
81. Omani Rose Cookies (Qurabiya) 192
82. Omani Banana at Date Tart 194

83. Omani Saffron Ice Cream 196
84. Omani Cream Caramel (Muhallabia) 198
INUMAN **200**
85. Kashmir Kahwa 201
86. Omani Sherbat 203
87. Omani Mint Lemonade (Limon w Nana) 205
88. Omani Sahlab 207
89. Omani Tamarind Juice (Tamar Hindi) 209
90. Omani Rosewater Lemonade 211
91. Omani Jallab 213
92. Omani Saffron Milk (Haleeb al-Za'fran) 215
93. Omani Banana Date Smoothie 217
94. Omani Pomegranate Mocktail 219
95. Omani Saffron Lemonade 221
96. Omani Cinnamon Date Shake 223
97. Omani Coconut Cardamom Shake 225
98. Omani Minty Green Tea 227
99. Omani Orange Blossom Iced Tea 229
100. Omani Pomegranate Mint Cooler 231
KONKLUSYON **233**

PANIMULA

Sumakay sa amin sa isang kahanga-hangang paglalakbay sa mga pahina ng "Ang mayamang lasa ng oman" isang culinary odyssey na humihikayat sa iyo na tuklasin at tikman ang mga tunay na panlasa ng Omani cuisine. Ang cookbook na ito ay isang pagpupugay sa masaganang tapiserya ng mga lasa ng Sultanate, isang makulay na mosaic na pinagsasama-sama ang magkakaibang mga tradisyon sa pagluluto na umaalingawngaw sa mga siglo.

Ipikit ang iyong mga mata at isipin ang mataong mga souk, ang tibok ng puso ng kultura ng Omani culinary. Isipin ang mabangong mga pamilihan ng pampalasa kung saan sumasayaw ang mga halimuyak sa hangin, na nagpapasigla sa iyong pakiramdam sa mga pangako ng masalimuot na timpla ng pampalasa na itinatangi sa mga henerasyon. Isipin ang mga kusina ng pamilya, kung saan nagbubukas ang alchemy ng pagluluto ng Omani—isang sagradong lugar kung saan ang kasiningan ng pagkain ay ipinapasa sa paglipas ng panahon, henerasyon sa henerasyon.

Sa loob ng mga pahina ng cookbook na ito, ang bawat recipe ay nagsisilbing buhay na testamento sa malalim na ugat na mga tradisyon na nagbibigay ng salaysay sa bawat ulam. Ito ay isang kuwento ng pamana, isang ode sa komunidad, at isang pagdiriwang ng malalim na pag-ibig na napupunta sa paggawa ng bawat masarap na kagat. Ang mga lasa ng Oman ay higit pa sa isang karanasang gustatory; ang mga ito ay isang paggalugad ng kayamanan ng kultura, isang paglalakbay sa puso ng isang bansa na sinabi sa pamamagitan ng mga culinary creations nito.

Mula sa mga natatanging aroma ng Omani spices na nagdadala sa iyo sa makulay na mga pamilihan, hanggang sa maarteng pagtatanghal ng mga tradisyonal na pagkain na nagsasabi ng mga kuwento ng mga pagtitipon at pinagsamang pagkain, ang cookbook na ito ay higit sa karaniwan. Ito ay hindi lamang isang compilation ng mga recipe; ito ay isang nakaka-engganyong kultural na paggalugad, isang paglalakbay sa mismong kaluluwa ng mga kusina ng Omani. Isa ka mang batikang chef na naghahangad na palawakin ang iyong repertoire o isang mausisa na baguhan na sabik na alamin ang mundo ng mga lasa ng Omani, hayaan ang aklat na ito na maging gabay mo.

Kaya, samahan kami sa mabangong ekspedisyon na ito—isang paglalakbay na nagbibigay-pugay sa pagiging tunay, pagkakaiba-iba, at walang kapantay na panlasa ng Omani cuisine. Nawa'y ang iyong kusina ay maging isang canvas para sa mga pabango at lasa na nagpaganda sa mga sambahayan ng Omani sa mga henerasyon. Sama-sama nating ipagdiwang ang kagandahan ng pagkakaiba-iba ng culinary, at nawa'y ang iyong paglalakbay sa "Ang mayamang lasa ng oman" ay mapuno ng init ng Omani hospitality at ang kagalakan na nagmumula sa pagtuklas sa puso at kaluluwa ng pambihirang pamana sa pagluluto na ito. Maligayang pagdating sa isang mundo kung saan ang bawat ulam ay isang kabanata sa kuwento ng mga lasa ng Omani.

BREAKFAST

1.Tinapay ng Omani (Khubz Ragag)

MGA INGREDIENTS:
- 2 tasang harina
- 1 tsp asin
- Tubig

MGA TAGUBILIN:
a) Sa isang malaking mangkok, pagsamahin ang harina at asin, ihalo ang mga ito.
b) Dahan-dahang magdagdag ng tubig sa pinaghalong harina, na tinitiyak ang masusing paghahalo. Ayusin ang dami ng tubig batay sa nais na huling texture:
c) Para sa manipis, tulad ng crepe na tinapay, magdagdag ng isang tasa ng tubig, magpatuloy hanggang ang pagkakapare-pareho ay mas manipis kaysa sa pancake batter, na nagpapahintulot na ito ay ibuhos sa isang kawali.
d) Para sa mas makapal, parang pita na tinapay, magdagdag ng humigit-kumulang ½ tasa ng tubig sa simula, na naglalayong magkaroon ng kapal ng kuwarta na katulad ng tradisyonal na kuwarta ng tinapay. Maaaring kailanganin ng karagdagang tubig, ngunit idagdag ito nang paunti-unti at masahin nang maigi upang kumpirmahin ang pangangailangan.
e) Init ang isang malaking kawali, mas mainam na tinimplahan ng cast iron, sa medium-high heat.
f) Kung gagamitin ang mas manipis na kuwarta, ibuhos ito sa kawali, paikutin upang mabalot ng manipis ang ibabaw. Tandaan: Sa pamamaraang ito, isang tinapay lamang ang maaaring gawin sa isang pagkakataon.
g) Kung gagamitin ang mas makapal na masa, kurutin ito sa maliliit na bola at patagin gamit ang iyong mga palad bago ilagay ang mga ito sa kawali. Gamit ang pamamaraang ito, maraming tinapay ang maaaring lutuin nang sabay-sabay, depende sa laki nito.
h) Para sa mas manipis na bersyon, magluto ng humigit-kumulang isang minuto. Kapag tumigas na ang gitna, gumamit ng spatula para i-flip ito ng isa pang 30 segundo. Ilipat ito sa isang plato at ulitin ang proseso kasama ang natitirang batter.
i) Para sa mas makapal na bersyon, magluto ng medyo mas mahaba kaysa sa isang minuto. Kapag nagsimulang tumigas ang mga gilid, i-flip gamit ang spatula at lutuin ng karagdagang 30 segundo hanggang 1 minuto. Kapag tapos na, lumipat sa isang plato at ulitin sa natitirang batter.
j) Ihain ang Omani Bread nang mainit, mag-isa man o kasama ng mga pantulong na pagkain. Enjoy!

2.Omani Chebab (Mga Pancake)

MGA INGREDIENTS:
- 2 tasang harina
- 1/2 tasa ng semolina
- 1/2 tasa ng asukal
- 1/2 kutsarita ng lebadura
- 2 tasang mainit na tubig
- Ghee para sa pagluluto

MGA TAGUBILIN:

a) Sa isang mangkok, paghaluin ang harina, semolina, asukal, lebadura, at maligamgam na tubig upang bumuo ng isang batter. Hayaang magpahinga ng isang oras.

b) Magpainit ng kawali o kawali at lagyan ng mantika ng ghee.

c) Ibuhos ang isang sandok ng batter sa griddle at lutuin hanggang lumitaw ang mga bula sa ibabaw.

d) I-flip ang pancake at lutuin ang kabilang panig hanggang sa ginintuang kayumanggi.

e) Ihain nang mainit na may kasamang honey o date syrup.

3.Omani Shakshuka

MGA INGREDIENTS:
- 4 na itlog
- 1 sibuyas, pinong tinadtad
- 2 kamatis, hiniwa
- 2 cloves na bawang, tinadtad
- 1 pulang kampanilya paminta, tinadtad
- 1 berdeng sili, tinadtad
- Omani spice mix
- Asin at paminta para lumasa
- Sariwang cilantro, tinadtad

MGA TAGUBILIN:
a) Sa isang kawali, igisa ang mga sibuyas, bawang, kampanilya, at berdeng sili hanggang lumambot.
b) Magdagdag ng diced tomatoes at Omani spice mix. Lutuin hanggang malambot ang mga kamatis.
c) Gumawa ng mga balon sa pinaghalong at basagin ang mga itlog sa kanila.
d) Takpan ang kawali at lutuin hanggang sa maluto ang mga itlog ayon sa gusto mo.
e) Timplahan ng asin, paminta, at sariwang cilantro bago ihain.

4.Omani Laban (Yogurt) na may Dates

MGA INGREDIENTS:
- 2 tasang plain yogurt
- 1/2 tasa ng petsa, pitted at tinadtad
- 2 kutsarang pulot
- Mga almond o walnut, tinadtad (opsyonal)
- Ground cardamom, para sa lasa

MGA TAGUBILIN:
a) Haluin ang plain yogurt hanggang makinis.
b) Ihalo sa tinadtad na petsa at pulot.
c) Palamutihan ng mga tinadtad na mani at isang pagwiwisik ng ground cardamom.
d) Palamigin sandali bago ihain para sa isang nakakapreskong lasa.

5. Omani Bread Omelette

MGA INGREDIENTS:
- 4 na tinapay ng Omani (Rukhal)
- 4 na itlog
- 1/2 tasa diced sibuyas
- 1/2 tasa diced na kamatis
- 1/4 tasa tinadtad na perehil
- Asin at paminta para lumasa

MGA TAGUBILIN:
a) Talunin ang mga itlog sa isang mangkok at timplahan ng asin at paminta.
b) Mag-init ng kawali at ilagay ang hiniwang sibuyas at kamatis, igisa hanggang malambot.
c) Ibuhos ang pinalo na itlog sa mga gulay at hayaang maluto ito hanggang sa mabuo ang mga gilid.
d) Budburan ang tinadtad na perehil at tiklupin ang omelette.
e) Ihain ang omelette sa loob ng Omani bread.

6.Omani Khabeesa

MGA INGREDIENTS:
- 2 tasang semolina
- 1 tasang asukal
- 1/2 tasa ng ghee
- 1 tasa ng yogurt
- 1 kutsarita ng ground cardamom
- 1/2 tasang pasas (opsyonal)
- Tubig, kung kinakailangan

MGA TAGUBILIN:
a) Sa isang mangkok, paghaluin ang semolina, asukal, ghee, yogurt, at ground cardamom.
b) Magdagdag ng tubig nang paunti-unti upang bumuo ng isang makapal na batter.
c) Init ang isang kawali at ibuhos ang maliliit na bahagi ng batter upang makagawa ng mga pancake.
d) Lutuin hanggang maging golden brown ang magkabilang gilid.
e) Palamutihan ng mga pasas kung ninanais.
f) Ihain nang mainit.

7.Yogurt at Dates Smoothie

MGA INGREDIENTS:
- 1 tasang pitted date
- 1 tasa ng yogurt
- 1/2 tasa ng gatas
- 1 kutsarang pulot
- Yelo

MGA TAGUBILIN:
a) Sa isang blender, pagsamahin ang mga pitted date, yogurt, gatas, at pulot.
b) Haluin hanggang makinis.
c) Magdagdag ng mga ice cubes at timpla muli hanggang sa maabot ng smoothie ang iyong ninanais na pagkakapare-pareho.
d) Ibuhos sa mga baso at ihain nang malamig.

8. Omani Sardine at Potato Hash

MGA INGREDIENTS:
- 2 lata ng sardinas sa mantika, pinatuyo
- 3 katamtamang patatas, binalatan at hiniwa
- 1 sibuyas, pinong tinadtad
- 2 kamatis, hiniwa
- 2 cloves na bawang, tinadtad
- 1 kutsarita ng ground cumin
- 1 kutsarita ng ground coriander
- Asin at paminta para lumasa
- Langis ng oliba para sa pagluluto
- Sariwang cilantro para sa dekorasyon

MGA TAGUBILIN:
a) Sa kawali, mag-init ng olive oil at igisa ang tinadtad na sibuyas at bawang hanggang lumambot.
b) Magdagdag ng mga tinadtad na patatas at lutuin hanggang sa magsimula silang maging kayumanggi.
c) Haluin ang ground cumin, ground coriander, asin, at paminta.
d) Magdagdag ng mga diced na kamatis at lutuin hanggang masira.
e) Dahan-dahang tiklupin ang sardinas, mag-ingat na huwag masyadong masira.
f) Lutuin hanggang malambot ang patatas at maghalo ang lasa.
g) Palamutihan ng sariwang cilantro bago ihain.

9. Omani Ful Medames

MGA INGREDIENTS:
- 2 tasang nilutong fava beans
- 1/4 tasa ng langis ng oliba
- 1 sibuyas, pinong tinadtad
- 2 cloves na bawang, tinadtad
- 1 kamatis, hiniwa
- 1 kutsarita ng ground cumin
- 1 kutsarita ng ground coriander
- Asin at paminta para lumasa
- Sariwang perehil para sa dekorasyon
- Matigas na itlog para sa paghahatid (opsyonal)
- Flatbread o pita para sa paghahatid

MGA TAGUBILIN:
a) Sa kawali, mag-init ng olive oil at igisa ang tinadtad na sibuyas at bawang hanggang lumambot.
b) Magdagdag ng mga diced na kamatis at lutuin hanggang masira.
c) Haluin ang ground cumin, ground coriander, asin, at paminta.
d) Idagdag ang nilutong fava beans at lutuin hanggang uminit.
e) I-mash ang ilan sa mga beans upang lumikha ng isang creamy texture.
f) Palamutihan ng sariwang perehil.
g) Ihain kasama ang mga nilagang itlog sa gilid kung ninanais, at sinamahan ng flatbread o pita.

10.Omani Cheese Paratha

MGA INGREDIENTS:
- 2 tasang all-purpose na harina
- 1 tasang gadgad na Omani cheese (tulad ng Majestic o Akkawi)
- Tubig, kung kinakailangan
- Ghee o mantikilya, para sa pagprito

MGA TAGUBILIN:
a) Paghaluin ang harina at gadgad na keso sa isang mangkok.
b) Dahan-dahang magdagdag ng tubig upang bumuo ng malambot na kuwarta.
c) Hatiin ang kuwarta sa maliliit na bola at igulong ang bawat isa sa isang manipis, patag na disc.
d) Lutuin ang parathas sa isang kawaling may ghee o mantikilya hanggang maging golden brown ang magkabilang panig.
e) Ihain nang mainit.

11. Omani Maldouf FlatBread

MGA INGREDIENTS:
- 2 Tasang Buong Wheat Flour
- Asin sa panlasa
- 1/4 Cup Ghee (Clarified Butter) Para sa Mababaw na Pagprito
- Tubig Para sa pagmamasa ng kuwarta
- 8-14 1/2 Cup Soft Dates
- 1 tasang tubig na kumukulo

MGA TAGUBILIN:
a) Ibabad ang pitted Dates sa 1 tasa ng kumukulong tubig sa loob ng 2-3 oras o hanggang lumambot.
b) Pure ang pinalambot na mga petsa gamit ang isang salaan o isang pinong mata. Maaaring mangailangan ka ng blender para i-blend, kung hindi ito masyadong malambot para sa iyo.
c) Paghaluin ang purong petsa kasama ang asin, 1 kutsarang ghee, at harina at gumawa ng malambot na masa.
d) Hayaang magpahinga ang kuwarta nang hindi bababa sa 20 minuto.
e) Hatiin ang kuwarta sa pantay o limon na laki ng mga bola.
f) Pagulungin ang bawat isa upang makabuo ng flatbread/paratha/circular disc/o hugis na gusto mong 5-6 pulgada ang haba.
g) Iprito ang bawat isa gamit ang ghee hanggang maluto sa magkabilang panig. Dahil ang kuwarta ay may mga petsa sa mga ito, ito ay lutuin nang napakabilis.

MERYenda at pampagana

12. Sari-sari Dates Platter

MGA INGREDIENTS:
- 4-5 tasa na pinaghalong Omani Dates o anumang uri
- 1/2 tasa ng inihaw na Sunflower Seeds
- 1/2 tasa ng inihaw na Pumpkin Seeds
- 1/2 tasang inihaw na White Sesame Seeds
- 1/2 tasa na inihaw na Black Sesame Seeds
- 1/2 tasang inihaw na Mani

MGA TAGUBILIN:
a) Hugasan at patuyuin ang lahat ng mga petsa. Tiyakin na ang mga ito ay tuyo at walang moisture.
b) Gumawa ng hiwa sa gitna ng bawat petsa at alisin ang mga buto. Itapon ang mga buto.
c) Punan ang gitna ng bawat petsa ng inihaw na sunflower seeds, pumpkin seeds, white sesame seeds, black sesame seeds, at mani.
d) Ayusin ang mga pinalamanan na petsa sa isang malaking pinggan, na ginagawa itong madaling ma-access at kaakit-akit sa paningin.
e) Itabi ang mga sari-saring petsa sa mga lalagyan ng airtight sa refrigerator.

13.Omani Foul

MGA INGREDIENTS:
- 2 lata ng fava beans, pinatuyo at binanlawan
- 2 cloves na bawang, tinadtad
- 1/4 tasa ng langis ng oliba
- Juice ng 1 lemon
- Asin at paminta para lumasa
- Tinadtad na perehil para sa dekorasyon
- Omani bread (Rukhal), para sa paghahatid

MGA TAGUBILIN:
a) Sa isang kawali, igisa ang tinadtad na bawang sa olive oil hanggang mabango.
b) Idagdag ang fava beans at lutuin hanggang uminit.
c) I-mash ang beans nang bahagya gamit ang isang tinidor.
d) Timplahan ng lemon juice, asin, at paminta.
e) Palamutihan ng tinadtad na perehil.
f) Ihain kasama ng Omani bread.

14. Samosa

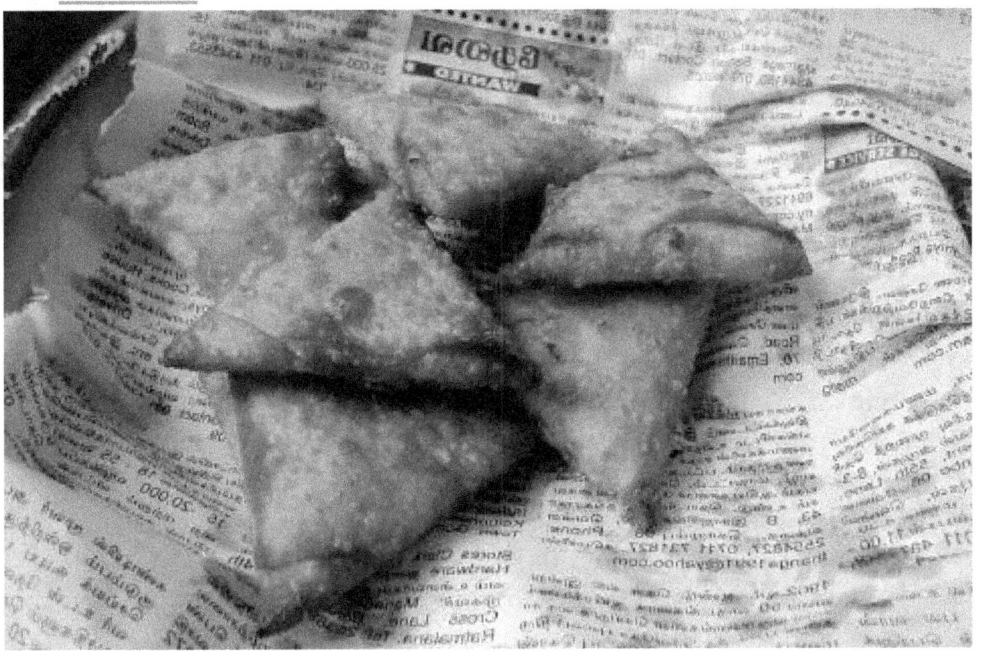

MGA INGREDIENTS:
Para sa Samosa Dough:
- 2 tasang all-purpose na harina (maida) (260 gramo)
- 1 kutsarita ajwain (mga buto ng carom)
- 1/4 kutsarita ng asin
- 4 na kutsara + 1 kutsarita ng langis (60 ml + 5 ml)
- Tubig para masahin ang kuwarta (mga 6 na kutsara)

Para sa Samosa Filling:
- 3-4 katamtamang patatas (500-550 gramo)
- 2 kutsarang mantika
- 1 kutsaritang buto ng kumin
- 1 kutsarita na buto ng haras
- 2 kutsaritang dinurog na buto ng kulantro
- 1 kutsarita ng makinis na tinadtad na luya
- 1 berdeng sili, tinadtad
- 1/4 kutsarita hing (asafoetida)
- 1/2 cup + 2 tablespoons green peas (babad sa maligamgam na tubig kung gumagamit ng frozen)
- 1 kutsarita ng kulantro pulbos
- 1/2 kutsarita garam masala
- 1/2 kutsarita amchur (pinatuyong mangga powder)
- 1/4 kutsarita ng pulang sili na pulbos (o sa panlasa)
- 3/4 kutsarita asin (o sa panlasa)
- Langis para sa malalim na pagprito

MGA TAGUBILIN:
Gumawa ng Samosa Dough:
a) Sa isang malaking mangkok, pagsamahin ang all-purpose na harina, ajwain, at asin.
b) Magdagdag ng mantika at kuskusin ang harina na may mantika hanggang sa ito ay maging katulad ng mga mumo. Ito ay dapat tumagal ng 3-4 minuto.
c) Magdagdag ng tubig nang paunti-unti, pagmamasa upang bumuo ng isang matigas na masa. Huwag labis na trabaho ang kuwarta; dapat lang magsama-sama.
d) Takpan ang kuwarta gamit ang isang mamasa-masa na tela at hayaan itong magpahinga ng 40 minuto.

Gumawa ng pagpuno ng patatas:

e) Pakuluan ang patatas hanggang maluto (8-9 whistles kung gumagamit ng stovetop pressure cooker o 12 minuto sa high pressure sa Instant Pot).
f) Balatan at i-mash ang patatas.
g) Sa isang kawali, mag-init ng mantika at magdagdag ng cumin seeds, fennel seeds, at durog na buto ng coriander. Igisa hanggang mabango.
h) Magdagdag ng tinadtad na luya, berdeng sili, hing, pinakuluang at niligis na patatas, at berdeng mga gisantes. Haluing mabuti.
i) Magdagdag ng coriander powder, garam masala, amchur, red chili powder, at asin. Haluin hanggang sa maisama. Alisin mula sa init at hayaang lumamig ang pagpuno.

Hugis at Iprito ang Samosa:

j) Matapos makapagpahinga ang kuwarta, hatiin ito sa 7 pantay na bahagi.
k) Pagulungin ang bawat bahagi sa isang bilog na may diameter na 6-7 pulgada at gupitin ito sa dalawang bahagi.
l) Kumuha ng isang bahagi, lagyan ng tubig ang tuwid na gilid, at bumuo ng isang kono. Punan ng 1-2 kutsarang pagpuno ng patatas.
m) I-seal ang samosa sa pamamagitan ng pagkurot sa mga gilid. Ulitin para sa natitirang kuwarta.
n) Init ang mantika sa mababang init. Magprito ng samosa sa mahinang apoy hanggang sa matigas at matingkad na kayumanggi (10-12 minuto). Dagdagan ang init sa katamtaman at iprito hanggang sa ginintuang kayumanggi.
o) Magprito ng 4-5 samosa sa isang pagkakataon, at ang bawat batch ay tatagal ng humigit-kumulang 20 minuto sa mahinang apoy.

15. Omani Khubz (Flatbread) Chips

MGA INGREDIENTS:
- 4 na Omani flatbread (Khubz)
- 2 kutsarang langis ng oliba
- 1 kutsarita ng ground cumin
- 1 kutsarita ng paprika
- Asin sa panlasa

MGA TAGUBILIN:
a) Painitin muna ang oven sa 350°F (180°C).
b) I-bread ang mga flatbread na may langis ng oliba at budburan ng kumin, paprika, at asin.
c) Gupitin ang mga flatbread sa mga tatsulok o piraso.
d) Maghurno sa oven sa loob ng 10-12 minuto o hanggang malutong.
e) Palamigin bago ihain.

16. Omani Dates na may Almendras

MGA INGREDIENTS:
- Mga sariwang petsa
- Mga almond, buo o kalahati

MGA TAGUBILIN:

a) Pit ang mga petsa sa pamamagitan ng paggawa ng isang maliit na paghiwa at pag-alis ng buto.

b) Ipasok ang isang buong almond o kalahati sa lukab na iniwan ng buto.

17. Omani Stuffed Vine Leaves (Warak Enab)

MGA INGREDIENTS:
- Mga dahon ng ubas, jarred o sariwa
- 1 tasang bigas, hugasan
- 1/2 tasa ng tinadtad na karne (karne ng baka o tupa)
- 1/4 tasa ng pine nuts
- 1/4 tasa tinadtad na sariwang perehil
- Juice ng 1 lemon
- Asin at paminta para lumasa
- Langis ng oliba

MGA TAGUBILIN:
a) Kung gumagamit ng sariwang dahon ng ubas, blanch ang mga ito sa kumukulong tubig sa loob ng ilang minuto.
b) Sa isang mangkok, paghaluin ang bigas, tinadtad na karne, pine nuts, perehil, lemon juice, asin, at paminta.
c) Maglagay ng isang kutsara ng pinaghalong sa gitna ng bawat dahon ng ubas at tiklupin sa isang maliit na parsela.
d) Ayusin ang pinalamanan na mga dahon ng ubas sa isang palayok, lagyan ng langis ng oliba, at magdagdag ng sapat na tubig upang matakpan ang mga ito.
e) Pakuluan hanggang maluto ang kanin at lumambot ang mga dahon.
f) Ihain nang mainit.

18. Omani Lahm Bi Ajeen (Meat Pie)

MGA INGREDIENTS:
- 2 tasang tinadtad na karne (karne ng baka o tupa)
- 1 malaking sibuyas, pinong tinadtad
- 2 kamatis, hiniwa
- 1/4 tasa tinadtad na sariwang perehil
- 1 kutsarita ng ground cumin
- 1 kutsarita ng ground coriander
- Asin at paminta para lumasa
- Pizza dough o mga yari na pastry sheet

MGA TAGUBILIN:
a) Sa isang kawali, igisa ang mga sibuyas hanggang sa translucent.
b) Idagdag ang tinadtad na karne at lutuin hanggang mag-brown.
c) Paghaluin ang mga diced na kamatis, tinadtad na perehil, ground cumin, ground coriander, asin, at paminta.
d) I-roll out ang pizza dough o pastry sheet at gupitin sa mga bilog.
e) Maglagay ng isang kutsarang puno ng pinaghalong karne sa bawat bilog, tiklupin sa kalahati, at i-seal ang mga gilid.
f) Maghurno hanggang sa ginintuang kayumanggi.
g) Ihain nang mainit.

19.Omani Falafel

MGA INGREDIENTS:
- 2 tasang binasa at pinatuyo na mga chickpeas
- 1 maliit na sibuyas, tinadtad
- 3 cloves ng bawang, tinadtad
- 1/4 tasa sariwang perehil, tinadtad
- 1 kutsarita ng ground cumin
- 1 kutsarita ng ground coriander
- Asin at paminta para lumasa
- Langis para sa pagprito

MGA TAGUBILIN:
a) Sa isang food processor, timpla ang mga chickpeas, sibuyas, bawang, perehil, kumin, kulantro, asin, at paminta hanggang sa mabuo ang magaspang na timpla.
b) Hugis ang timpla sa maliliit na bola o patties.
c) Init ang mantika sa isang kawali at iprito hanggang sa ginintuang kayumanggi sa magkabilang panig.
d) Patuyuin sa mga tuwalya ng papel.
e) Ihain nang mainit kasama ng tahini sauce o yogurt.

20. Omani Spinach Fatayer

MGA INGREDIENTS:
- 2 tasang tinadtad na spinach
- 1 maliit na sibuyas, pinong tinadtad
- 1/4 tasa ng pine nuts
- 1 kutsarang langis ng oliba
- 1 kutsarita lupa sumac
- Asin at paminta para lumasa
- Pizza dough o mga yari na pastry sheet

MGA TAGUBILIN:
a) Igisa ang mga sibuyas sa langis ng oliba hanggang sa translucent.
b) Magdagdag ng tinadtad na spinach at lutuin hanggang malanta.
c) Paghaluin ang mga pine nuts, ground sumac, asin, at paminta.
d) I-roll out ang pizza dough o pastry sheet at gupitin sa mga bilog.
e) Maglagay ng isang kutsarang puno ng spinach mixture sa bawat bilog, tiklupin sa kalahati, at i-seal ang mga gilid.
f) Maghurno hanggang sa ginintuang kayumanggi.
g) Ihain nang mainit.

21. Omani Grilled Halloumi

MGA INGREDIENTS:
- 1 block halloumi cheese, hiniwa
- 2 kutsarang langis ng oliba
- 1 kutsarita ng tuyo na oregano
- Juice ng 1 lemon

MGA TAGUBILIN:
a) Magpainit ng grill o grill pan.
b) I-brush ang mga hiwa ng halloumi na may langis ng oliba.
c) I-ihaw ang halloumi hanggang sa ginintuang kayumanggi sa magkabilang panig.
d) Budburan ng pinatuyong oregano at lagyan ng lemon juice.
e) Ihain nang mainit bilang finger food o pampagana.

PANGUNAHING PAGKAIN

22.Omani Oats Soup (Shorba)

MGA INGREDIENTS:
- 1 tasang rolled oats
- 1/2 tasa tinadtad na gulay (carrots, peas, beans)
- 1/4 tasa tinadtad na sibuyas
- 2 cloves na bawang, tinadtad
- 1 kutsarita ng ground cumin
- 4 tasang sabaw ng manok o gulay
- Asin at paminta para lumasa

MGA TAGUBILIN:
a) Sa isang kaldero, igisa ang mga sibuyas at bawang hanggang sa lumambot.
b) Magdagdag ng mga tinadtad na gulay at magluto ng ilang minuto.
c) Paghaluin ang mga oats at ground cumin.
d) Ibuhos ang sabaw at pakuluan.
e) Pakuluan hanggang maluto ang oats at lumapot ang sabaw.
f) Timplahan ng asin at paminta.
g) Ihain nang mainit.

23. Qabuli (Afghan Rice Pilaf)

MGA INGREDIENTS:
- 2 tasang basmati rice
- 1 lb tupa o manok, cubed
- 1 malaking sibuyas, pinong tinadtad
- 1/2 tasa ng langis ng gulay
- 1/2 tasang pasas
- 1/2 tasa ng hiniwang almendras
- 1/2 tasa ng gadgad na karot
- 1/2 kutsarita ng ground cardamom
- 1/2 kutsarita ng giniling na kanela
- 1/2 kutsarita ng ground cumin
- Asin at paminta para lumasa
- 4 tasang sabaw ng manok o tubig

MGA TAGUBILIN:

a) Banlawan ang basmati rice sa ilalim ng malamig na tubig hanggang sa malinis ang tubig. Ibabad ang bigas sa tubig sa loob ng 30 minuto, pagkatapos ay alisan ng tubig.

b) Sa isang malaking palayok, init ang langis ng gulay sa katamtamang init. Idagdag ang tinadtad na sibuyas at lutuin hanggang sa ginintuang kayumanggi.

c) Idagdag ang cubed na tupa o manok sa kaldero at kayumanggi sa lahat ng panig. Timplahan ng asin, paminta, ground cardamom, ground cinnamon, at ground cumin.

d) Haluin ang gadgad na karot, pasas, at hiniwa na almendras. Magluto para sa karagdagang 5 minuto, na nagpapahintulot sa mga lasa na maghalo.

e) Idagdag ang basang basa at pinatuyo na basmati rice sa kaldero, haluing malumanay upang pagsamahin ang karne at mga gulay.

f) Ibuhos ang sabaw ng manok o tubig. Pakuluan ang pinaghalong, pagkatapos ay bawasan ang apoy sa mababang. Takpan ang palayok na may masikip na takip at kumulo sa loob ng 20-25 minuto, o hanggang sa lumambot ang bigas at masipsip ang likido.

g) Kapag luto na ang Qabuli, pahimulmulin ang kanin gamit ang isang tinidor upang paghiwalayin ang mga butil.

h) Ihain ang Qabuli na mainit, pinalamutian ng karagdagang mga slivered almonds at raisins kung ninanais. Mahusay itong ipinares sa yogurt o isang side salad. Tangkilikin ang iyong masarap na Afghan rice pilaf!

24. Omani Tradisyunal na Mashuai

MGA INGREDIENTS:
- 4 Kingfish
- 1 Tbsp Langis ng Oliba
- 2 Tbsp Garlic Paste
- 1 Tsp Ginger Paste
- 1 Tsp Ground Cumin
- 1 Katas ng Lemon
- 1/2 Tsp Ground Turmeric
- 1/2 Tsp Ground Cardamon
- 1/2 Tsp Ground Black Pepper
- 1/4 Tsp Ground Nutmeg

MGA TAGUBILIN:
a) Linisin ang Isda at Score sa magkabilang panig.
b) Pagsamahin ang lahat ng sangkap sa isang mangkok at ilapat ito sa isda.
c) Hayaang mag-marinate ang isda nang hindi bababa sa 3 oras.
d) Ilagay sa isang baking ware, at maghurno sa isang preheated oven sa 200 degrees para sa 20 min. O maaari kang mag-charcoal grill.
e) Ihain kasama ng Omani lemon rice.

25. Mandi Rice with Chicken

MGA INGREDIENTS:
- 2 tasang basmati rice
- 500g ng manok, gupitin sa mga piraso
- Omani spice mix (isang timpla ng cinnamon, cardamom, cloves, at black lime)
- 1 malaking sibuyas, hiniwa
- 1/4 tasa ng ghee
- Asin, sa panlasa
- Mga almond at pasas para sa dekorasyon

MGA TAGUBILIN:
a) Kuskusin ang manok na may Omani spice mix at hayaan itong mag-marinate nang hindi bababa sa 30 minuto.
b) Sa isang malaking kaldero, igisa ang hiniwang sibuyas sa ghee hanggang sa ginintuang kayumanggi.
c) Ilagay ang adobong manok sa kaldero at lutuin hanggang magkulay.
d) Haluin ang kanin, Omani spice mix, at asin. Magluto ng ilang minuto.
e) Magdagdag ng tubig ayon sa mga tagubilin sa pakete ng bigas at lutuin hanggang maluto ang bigas.
f) Palamutihan ng toasted almonds at raisins bago ihain.

26. Majboos (Omani Spiced Rice na may Manok)

MGA INGREDIENTS:
- 2 tasang basmati rice
- 500g ng manok, gupitin sa mga piraso
- 2 sibuyas, pinong tinadtad
- 3 kamatis, tinadtad
- 4 cloves na bawang, tinadtad
- 1/4 tasa ng langis ng gulay
- 2 kutsarang Omani spice mix (isang timpla ng cumin, coriander, cinnamon, cloves, cardamom)
- Asin at paminta para lumasa
- 4 tasang sabaw ng manok

MGA TAGUBILIN:
a) Sa isang malaking kaldero, igisa ang mga sibuyas at bawang sa langis ng gulay hanggang sa ginintuang kayumanggi.
b) Magdagdag ng mga piraso ng manok at kayumanggi sa lahat ng panig.
c) Haluin ang Omani spice mix, asin, at paminta.
d) Magdagdag ng tinadtad na kamatis at lutuin hanggang lumambot.
e) Ibuhos ang sabaw ng manok at pakuluan.
f) Haluin ang kanin, bawasan ang apoy, takpan, at kumulo hanggang maluto ang bigas.
g) Ihain nang mainit.

27. Tradisyonal na One-Pot Chicken Harees

MGA INGREDIENTS:
- 2 tasa ng harees (mga butil ng trigo)
- 1 kg (2 lbs) ng manok, na-deboned
- 2 sticks ng cinnamon
- 1 tsp ng black pepper powder
- Asin sa panlasa
- Natunaw na mantikilya o langis ng oliba

MGA TAGUBILIN:
a) Magsimula sa pamamagitan ng pagbabad sa mga butil ng trigo sa magdamag, na nagpapahintulot sa kanila na sumipsip ng tubig at lumambot.
b) Sa isang malaking palayok, pagsamahin ang binabad na trigo, deboned na manok, cinnamon sticks, black pepper powder, asin, at sapat na tubig upang masakop ang mga sangkap. Dalhin ang timpla sa isang pigsa.
c) Hayaang maluto ang halo hanggang sa maabot ng haree ang isang matubig na pare-pareho. Mahalagang haluin sa ilalim bawat ilang minuto upang maiwasan ang pagkasunog. Ang prosesong ito ay nangangailangan ng ilang oras upang matiyak ang tamang pagluluto.
d) Kapag naluto na, gumamit ng hand blender para ihalo ang mga laman. Ang layunin ay upang makamit ang isang texture na pare-pareho, hindi isang pinong paste. Iwanan itong bahagyang butil para sa karagdagang texture.
e) Ihain ang Harees nang mainit, at ibuhos ang tinunaw na mantikilya o langis ng oliba sa itaas para sa dagdag na kayamanan at lasa.

28.Omani Fish Harees

MGA INGREDIENTS:
- 1 tasang trigo, ibinabad sa magdamag
- 1 kg fillet ng isda (snapper o kingfish)
- 2 malalaking sibuyas, pinong tinadtad
- 4 cloves na bawang, tinadtad
- 1/4 tasa ng ghee
- 1 kutsaritang giniling na turmerik
- Asin at paminta para lumasa
- Tubig

MGA TAGUBILIN:
a) Alisan ng tubig ang binabad na trigo at gilingin ito sa isang magaspang na paste.
b) Sa isang kaldero, igisa ang mga sibuyas at bawang sa ghee hanggang sa ginintuang kayumanggi.
c) Magdagdag ng mga fillet ng isda at kayumanggi sa magkabilang panig.
d) Haluin ang giniling na turmeric, asin, at paminta.
e) Ibuhos ang sapat na tubig upang masakop ang pinaghalong.
f) Ilagay ang wheat paste at lutuin sa mahinang apoy hanggang sa lumambot ang isda at trigo.
g) Ihain nang mainit.

29. Chicken Shawarma

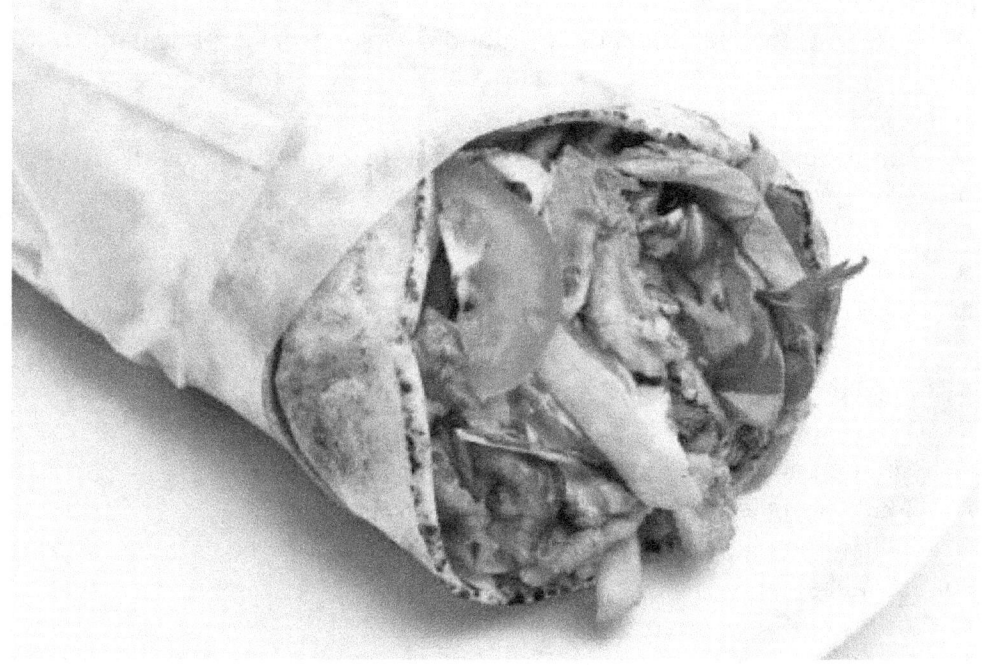

MGA INGREDIENTS:

manok:
- 1 kg / 2 lb fillet ng hita ng manok, walang balat at walang buto (Tandaan 3)

atsara:
- 1 malaking sibuyas ng bawang, tinadtad (o 2 maliit na clove)
- 1 kutsarang giniling na kulantro
- 1 kutsarang giniling na kumin
- 1 kutsarang ground cardamom
- 1 tsp ground cayenne pepper (bawasan sa 1/2 tsp para hindi gaanong maanghang)
- 2 tsp pinausukang paprika
- 2 tsp asin
- Itim na paminta
- 2 kutsarang lemon juice
- 3 kutsarang langis ng oliba

Yogurt Sauce:
- 1 tasa ng Greek yogurt
- 1 sibuyas na bawang, durog
- 1 tsp kumin
- Pigain ang lemon juice
- Asin at paminta

Upang Paglingkuran:
- 4 – 5 flatbreads (Lebanese o pita bread o lutong bahay na malambot na flatbread)
- Hiniwang litsugas (cos o iceberg)
- Mga hiwa ng kamatis
- Pulang sibuyas, pinong hiniwa
- Keso, ginutay-gutay (opsyonal)
- Mainit na sarsa na pinili (opsyonal)

MGA TAGUBILIN:

Marinade Chicken:

a) Pagsamahin ang mga sangkap ng marinade sa isang malaking ziplock bag. Idagdag ang manok, selyo, pagkatapos ay i-massage mula sa labas gamit ang iyong mga kamay upang matiyak na ang bawat piraso ay pinahiran.

b) I-marinate nang hindi bababa sa 3 oras, mas mabuti na 24 na oras.

Yogurt Sauce:

c) Sa isang mangkok, pagsamahin ang mga sangkap ng Yogurt Sauce at ihalo. Takpan at palamigin hanggang kinakailangan (ito ay tatagal ng 3 araw sa refrigerator).

d) Mag-init ng malaking non-stick skillet na may 1 kutsarang mantika sa katamtamang init o bahagyang magsipilyo ng BBQ hotplate/grill na may mantika at init hanggang katamtaman. (Tingnan ang mga tala para sa pagluluto sa hurno)

Magluto ng Manok:

e) Ilagay ang adobong manok sa kawali o sa ihaw at lutuin ang unang bahagi ng 4 hanggang 5 minuto hanggang sa masunog. Lumiko at lutuin ang kabilang panig sa loob ng 3 hanggang 4 na minuto (ang pangalawang bahagi ay tumatagal ng mas kaunting oras).

f) Alisin ang manok mula sa grill at takpan ng maluwag na may foil. Itabi para magpahinga ng 5 minuto.

g) Hiwain ang manok at ilagay ito sa isang platter kasama ng mga flatbread, salad, at Yogurt Sauce (o dairy-free Tahini sauce mula sa recipe na ito).

h) Upang makagawa ng isang pambalot, kumuha ng isang piraso ng flatbread, pahiran ito ng Yogurt Sauce, itaas ng kaunting lettuce, kamatis, at Chicken Shawarma. Roll up at magsaya!

30. Omani Shuwa

MGA INGREDIENTS:
- 2 Lamb Shanks (humigit-kumulang 0.7 lbs bawat isa, mas mabuti ang New Zealand shanks)
- 2 kutsarita Bawang, durog
- 1 kutsarita Ginger Garlic Paste
- ¾ kutsarita ng Black Pepper Powder
- ¾ kutsarita Cumin Powder
- 1 kutsarita ng Coriander Seeds, pulbos o 1 ¼ tsp Coriander Powder
- 10 cloves o humigit-kumulang ¼ tsp cloves powder
- 1 ½ kutsarita ng Chili Powder
- 2 kutsarang Suka (inirerekumenda ang suka ng red wine)
- 1 Lime, tinadtad
- 2 – 2 ½ kutsarita ng Asin (adjust sa panlasa, humigit-kumulang 2 tsp ang ginamit)
- 2 ½ - 3 kutsarang Langis
- Dahon ng saging (maaaring gumamit ng frozen na dahon)

MGA TAGUBILIN:

Ihanda ang Kordero:
a) Hugasan ang lamb shanks at gumawa ng malaki at malalalim na sugat. Ito ay mahalaga para sa isang lasa at maanghang na karne.

Gawin ang Spice Paste:
b) Paghaluin ang lahat ng mga sangkap maliban sa tupa upang bumuo ng isang i-paste.

I-marinate ang Kordero:
c) Ipahid ang spice paste sa tupa, siguraduhing maipasok ang mga pampalasa sa mga sugat. Gamitin ang iyong mga daliri upang kuskusin nang maigi ang karne.
d) Maglagay ng dahon ng saging sa isang baking dish, ilagay ang tupa sa dahon, at ibuhos ang anumang natitirang spice mixture dito.
e) I-fold ang dahon ng saging sa ibabaw ng tupa upang ganap itong takpan, na lumikha ng isang pakete. Takpan ang baking dish at i-marinate sa refrigerator magdamag o sa loob ng 24 – 48 oras.
f) Alisin ang adobong tupa mula sa refrigerator at ilagay ito sa countertop ng 30 – 60 minuto bago lutuin upang dalhin ito sa temperatura ng silid (opsyonal).

Nagluluto:
g) Painitin muna ang oven sa 250°F at ilagay ang baking dish sa loob. Tandaan na tanggalin ang takip/takip ng baking dish.
h) Ihurno ang tupa, na nakabalot sa dahon ng saging, sa loob ng 3 oras o hanggang malambot ang karne. Ikot ang karne tuwing 1 – 1 ½ oras.
i) Depende sa laki at kapal ng karne, maaaring kailanganin nito ang mas mahabang oras ng pagluluto.
j) Baguhin ang temperatura ng oven sa 350°F, buksan ang banana wrap, at lutuin ng isa pang 20 minuto hanggang sa maitim na kayumanggi ang karne.
k) Pagkatapos ng 3 oras, matutuyo ang balot ng saging at magsisimulang malaglag. Maaari mong iwanan ang dahon sa mismong ulam at buksan/alisin ang dahon mula sa itaas bago i-ihaw sa 350°F.
l) Alisin sa oven at hayaang magpahinga ang karne ng hindi bababa sa 10 minuto bago ihain.
m) Ihain ang Omani Shuwa na may lasa na kanin o ang iyong gustong side dish.

31. Omani Mishkak

MGA INGREDIENTS:
- 1 kg beef steak, cubed
- 3 tbsp sariwang luya, gadgad
- 5 cloves ng bawang
- ½ prutas ng papaya, tinadtad
- 1 ½ kutsarang asin
- 3 deseeded red chillies o 1 tbsp chilli powder
- 1 kutsarang turmerik
- 4 tbsp suka (kahit anong uri ay mainam)
- 4 tbsp tamarind paste (mahahalaga)
- 1 kutsarang cumin powder
- 1 kutsarang itim na paminta
- 2 kutsarang mantika (anuman)

MGA TAGUBILIN:
a) Gupitin ang karne ng baka sa maliliit na cubes, tiyaking angkop ang mga ito para sa pag-skewer ngunit hindi masyadong maliit o malaki.
b) Sa isang food processor, haluin ang lahat ng sangkap maliban sa karne ng baka upang makagawa ng paste. Magsimula sa malalaking sangkap tulad ng mga piraso ng papaya at umunlad sa mga pulbos para sa pinakamainam na paghahalo.
c) Paghaluin nang mabuti ang pag-atsara sa mga cube ng baka, tiyaking nababalutan sila nang pantay. Pahintulutan ang karne ng baka na mag-marinate, mas mabuti sa magdamag, upang pahintulutan ang karne na lumambot at sumipsip ng mga lasa.
d) Tuhogi ang adobong mga cube ng baka.
e) Inihaw ang mga skewer sa isang mainit na charcoal grill o sa ilalim ng isang oven broiler hanggang bahagyang masunog at malambot.
f) Opsyonal, magsipilyo ng kaunting mantika sa panahon ng proseso ng pagluluto upang maiwasan ang pagkatuyo ng karne.
g) Regular na paikutin ang mga skewer para matiyak na pantay ang pagluluto. Mag-ingat na huwag mag-overcook, dahil maaari itong magresulta sa tuyo at matigas na karne.
h) Kapag naluto na, ihain ang Mishkak nang mainit at tamasahin ang masarap at malambot na mga skewer ng baka.

32. Chicken Kabsa

MGA INGREDIENTS:

Kabsa Spice Mix:
- 1/4 tsp ground cardamom
- 1/4 tsp giniling na puting paminta
- 1/4 tsp safron
- 1/2 tsp ground cinnamon
- 1/2 tsp ground allspice
- 1/2 tsp pinatuyong buong lime powder

Chicken Kabsa:
- 2 kutsarang mantika o mantikilya
- 3 sibuyas, hiniwa
- 1 kutsarang tinadtad na luya (ginger paste)
- 1 kutsarang tinadtad na bawang (paste ng bawang)
- 1 berdeng sili
- 2 tuyong dahon ng bay
- 6 na clove
- 4 na cardamom pods
- 1 cinnamon stick
- 2 kutsarang tomato puree (tomato paste)
- 1 kurot ng ground nutmeg
- 1/2 tsp ground black pepper
- 1/4 tsp ground cumin
- 1/2 tsp ground coriander
- 3 medium carrots, hiniwa ng manipis
- 200 g de-latang diced na kamatis (o 3 kamatis na tinadtad)
- 2 cube ng stock ng manok
- 1 1/2 kg buong manok, gupitin sa 6 na piraso
- 3 tasang basmati rice, banlawan
- 1/4 tasa ng mga pasas
- Tubig
- Asin sa panlasa
- Mga pasas, para palamuti (opsyonal)
- Mga hiniwang almendras, para palamutihan (opsyonal)

MGA TAGUBILIN:

Maghanda ng Kabsa Spice Mix:
a) Pagsamahin ang cardamom, white pepper, saffron, cinnamon, allspice, at lime powder sa isang mangkok. Itabi.
b) Init ang mantika sa isang malaking kawali sa katamtamang init. Magdagdag ng sibuyas, luya, bawang, at berdeng sili. Igisa hanggang sa maging golden brown ang sibuyas.
c) Magdagdag ng bay leaves, cloves, cardamom pods, at cinnamon stick. Magprito ng isang minuto.
d) Haluin ang tomato puree. Magdagdag ng nutmeg, black pepper, cumin, coriander, at ang inihandang Kabsa spice mix. Timplahan ng asin. Iprito ang mga pampalasa sa loob ng isang minuto.
e) Magdagdag ng mga karot at diced na kamatis. Haluin at lutuin ng 2 minuto.

Kayumangging Manok:
f) Magdagdag ng mga cube ng manok at mga piraso ng manok. I-brown ang manok, paminsan-minsan, para sa mga 30 minuto.
g) Alisin ang mga piraso ng manok sa kawali at itabi.

Magsaing:
h) Magdagdag ng bigas at pasas sa kawali. Ibuhos sa 4 na tasa ng tubig. Timplahan ng asin. Dalhin ito sa isang pigsa.
i) Bawasan ang init, takpan ng takip, at kumulo sa loob ng 10-15 minuto.

Grill Chicken:
j) Painitin muna ang grill. Ihawin ang manok sa loob ng 10-15 minuto o hanggang maluto.
k) Ihain ang kanin kasama ang inihaw na manok.
l) Opsyonal: Palamutihan ng mga pasas at hiniwang almendras.

33. Omani Arsia

MGA INGREDIENTS:
PARA SA MANOK:
- 1 kg manok, hiwa-hiwain
- 1 tasang Basmati Rice, hinugasan at ibinabad
- 2 kutsarang Ghee
- 1 sibuyas, pinong tinadtad
- 2 kamatis, tinadtad
- 2 berdeng sili, tinadtad
- 1 kutsarang Garlic Paste
- 1 kutsarang Ginger Paste
- 1/2 kutsarita Turmeric Powder
- 1/2 kutsarita ng Red Chili Powder
- 1/2 kutsarita ng Garam Masala
- Asin sa panlasa
- 2 tasang Sabaw ng Manok

PARA SA BIGAS:
- 1 tasang Basmati Rice, hinugasan at ibinabad
- 1 kutsarang Ghee
- 2 tasang Tubig
- Asin sa panlasa

MGA TAGUBILIN:
IHANDA ANG MANOK:
a) Sa isang malaking kaldero, painitin ang ghee sa katamtamang apoy. Magdagdag ng tinadtad na sibuyas at igisa hanggang sa maging golden brown.
b) Magdagdag ng garlic paste at ginger paste sa mga sibuyas. Igisa ng isang minuto hanggang mawala ang hilaw na amoy.
c) Idagdag ang mga piraso ng manok sa kaldero at lutuin hanggang sa sila ay kayumanggi sa lahat ng panig.
d) Magdagdag ng tinadtad na mga kamatis, berdeng sili, turmeric powder, pulang sili na pulbos, garam masala, at asin. Haluing mabuti.
e) Ibuhos ang sabaw ng manok at pakuluan ang timpla. Bawasan ang apoy, takpan ang kaldero, at kumulo hanggang sa maluto ang manok.

Ihanda ang bigas:
f) Sa isang hiwalay na kaldero, painitin ang ghee sa katamtamang apoy. Lagyan ng babad na basmati rice at igisa ng ilang minuto.
g) Ibuhos sa tubig at magdagdag ng asin. Pakuluan ang timpla, pagkatapos ay bawasan ang apoy, takpan ang kaldero, at kumulo hanggang sa maluto ang kanin at masipsip ang likido.

Tipunin ang ARSIA:
h) Sa isang serving dish, ayusin ang nilutong manok kasama ang sabaw nito.
i) Ibabaw ang manok na may nilutong basmati rice.
j) Ihain ang Omani Chicken Arsia nang mainit, na nagbibigay-daan sa mga kumakain na tamasahin ang masarap na kumbinasyon ng spiced rice at malambot na manok.

34.Omani Chicken Biryani

MGA INGREDIENTS:

Para sa Marinasyon:
- 1 kg piraso ng manok
- 1 kutsarang Ginger Garlic Paste
- 1 kutsarita ng Whole Spices Powder
- 1 kutsarita Turmeric Powder
- 1 kutsarang Red Chili Powder
- Asin sa panlasa
- 1 Lemon, tinadtad

Para sa Biryani:
- 1 kg Basmati Rice, ibabad ng 1 oras
- 2 sibuyas, tinadtad
- 2 kamatis, tinadtad
- 2 kutsarang Ginger Garlic Paste
- Ang mga hibla ng saffron ay ibinabad sa mainit na gatas na may kulay kahel na pagkain
- 100 gramo ng Purong Ghee
- 10 berdeng sili, hiwain
- 1 Golden Brown Onion (para sa dekorasyon)
- 1 kutsarita Cumin Powder
- 1 kutsarita ng Cinnamon Powder
- 1 kutsarita Black Pepper Powder
- Mga sariwang dahon ng kulantro, tinadtad
- 1 tasang Roasted Cashews at Almonds

MGA TAGUBILIN:

I-marinate ang Manok:

a) Sa isang mangkok, pagsamahin ang mga piraso ng manok na may ginger garlic paste, whole spices powder, turmeric powder, red chili powder, asin, at lemon juice. I-marinate nang hindi bababa sa 30 minuto.

b) Mag-init ng mantika sa kawali at igisa ang adobong manok hanggang sa lumambot. Itabi.

Ihanda ang Biryani:

c) Sa isang malaking kaldero, mag-init ng mantika. Magdagdag ng tinadtad na sibuyas at igisa hanggang sa maging golden brown.

d) Magdagdag ng ginger garlic paste at hiwa ng berdeng sili. Igisa hanggang mawala ang hilaw na amoy.

e) Magdagdag ng tinadtad na kamatis at asin. Igisa hanggang malambot ang mga kamatis.

f) Magdagdag ng cumin powder, cinnamon powder, at black pepper powder. Haluing mabuti.

PAGLALARO NG BIRYANI:

g) Sa palayok, ilagay ang kalahati ng bahagyang nilutong bigas.

h) Magdagdag ng mga inihaw na tuyong prutas, tinadtad na dahon ng kulantro, ginintuang kayumanggi na sibuyas, at ang inihaw na mga piraso ng manok.

i) Ulitin ang pagpapatong kasama ang natitirang bigas at itaas na may saffron milk at desi ghee.

j) Takpan ang kaldero at lutuin sa katamtamang apoy hanggang sa ganap na maluto ang kanin.

k) Palamutihan ang Omani Chicken Biryani ng mas tinadtad na dahon ng kulantro at inihaw na kasoy at almendras.

l) Ihain ang tunay na Omani biryani at tamasahin ang mayaman at masarap na ulam!

35. Omani Fish Curry (Saloonat Samak)

MGA INGREDIENTS:
- 1 kg fillet ng isda (snapper o kingfish)
- 2 malalaking kamatis, tinadtad
- 1 malaking sibuyas, pinong tinadtad
- 4 cloves na bawang, tinadtad
- 1/4 tasa ng tamarind paste
- 2 kutsarang Omani curry powder
- 1 tasang gata ng niyog
- Mantika
- Asin at paminta para lumasa

MGA TAGUBILIN:
a) Sa isang kawali, igisa ang mga sibuyas at bawang sa langis ng gulay hanggang sa lumambot.
b) Magdagdag ng tinadtad na kamatis at lutuin hanggang masira.
c) Ihalo ang Omani curry powder at lutuin ng ilang minuto.
d) Magdagdag ng tamarind paste at gata ng niyog, at pakuluan.
e) Timplahan ng asin at paminta ang mga fillet ng isda, pagkatapos ay idagdag ang mga ito sa kumukulong kari.
f) Lutuin hanggang maluto ang isda at lumapot ang kari.
g) Ihain nang mainit kasama ng kanin.

36. Omani Lamb Kabsa

MGA INGREDIENTS:
- 2 tasang basmati rice
- 1 kg ng tupa, gupitin sa mga piraso
- 2 malalaking sibuyas, pinong tinadtad
- 3 kamatis, tinadtad
- 1/2 tasa tomato paste
- 4 cloves na bawang, tinadtad
- 2 kutsarita ng ground coriander
- 2 kutsaritang giniling na kumin
- 1 kutsarita ng giniling na kanela
- 1 kutsarita ng ground cardamom
- 4 tasang sabaw ng manok o tupa
- Mantika
- Asin at paminta para lumasa

MGA TAGUBILIN:
a) Sa isang malaking palayok, igisa ang mga sibuyas sa langis ng gulay hanggang sa ginintuang kayumanggi.
b) Magdagdag ng mga chunks ng tupa at kayumanggi sa lahat ng panig.
c) Haluin ang tinadtad na bawang, ground coriander, ground cumin, ground cinnamon, at ground cardamom.
d) Magdagdag ng tinadtad na kamatis at tomato paste, lutuin hanggang masira ang mga kamatis.
e) Ibuhos ang sabaw at pakuluan.
f) Magdagdag ng kanin, asin, at paminta. Lutuin hanggang maluto ang kanin.
g) Ihain nang mainit, pinalamutian ng pritong almond at pine nuts.

37. Omani Vegetable Saloona

MGA INGREDIENTS:
- 2 patatas, binalatan at hiniwa
- 2 carrots, binalatan at diced
- 1 tasang green beans, tinadtad
- 1 tasang kalabasa, diced
- 1 tasa ng zucchini, diced
- 1 malaking sibuyas, pinong tinadtad
- 3 kamatis, tinadtad
- 3 cloves ng bawang, tinadtad
- 2 kutsarang tomato paste
- 1 kutsarita ng ground coriander
- 1 kutsarita ng ground cumin
- 1 kutsaritang giniling na turmerik
- 4 tasang sabaw ng gulay
- Mantika
- Asin at paminta para lumasa

MGA TAGUBILIN:
a) Sa isang palayok, igisa ang mga sibuyas sa langis ng gulay hanggang sa ginintuang kayumanggi.
b) Magdagdag ng tinadtad na bawang, ground coriander, ground cumin, at ground turmeric. Magluto ng ilang minuto.
c) Haluin ang tinadtad na kamatis at tomato paste, lutuin hanggang masira ang mga kamatis.
d) Magdagdag ng mga diced na patatas, karot, green beans, kalabasa, at zucchini.
e) Ibuhos sa sabaw ng gulay at dalhin sa isang kumulo.
f) Timplahan ng asin at paminta.
g) Pakuluan hanggang lumambot ang mga gulay.
h) Ihain nang mainit kasama ng kanin.

38. Omani Lamb Mandi

MGA INGREDIENTS:
- 1 kg ng tupa, gupitin sa mga piraso
- 2 tasang basmati rice
- 2 malalaking sibuyas, pinong tinadtad
- 4 cloves na bawang, tinadtad
- 1/4 tasa ng langis ng gulay
- 2 kutsarang Mandi spice mix (coriander, cumin, black lime, cinnamon, cardamom)
- 4 tasang tupa o sabaw ng manok
- Asin, sa panlasa

MGA TAGUBILIN:
a) Sa isang malaking kaldero, igisa ang mga sibuyas at bawang sa langis ng gulay hanggang sa ginintuang kayumanggi.
b) Magdagdag ng mga chunks ng tupa at kayumanggi sa lahat ng panig.
c) Haluin ang Mandi spice mix at asin.
d) Ibuhos ang sabaw at pakuluan.
e) Magdagdag ng kanin at lutuin hanggang maluto ang parehong kanin at tupa.
f) Ihain nang mainit, pinalamutian ng pritong sibuyas.

39. Omani Lamb Kabuli

MGA INGREDIENTS:
- 1 kg ng tupa, gupitin sa mga piraso
- 2 tasang basmati rice
- 2 malalaking sibuyas, pinong tinadtad
- 4 cloves na bawang, tinadtad
- 1/4 tasa ng langis ng gulay
- 1 tasang chickpeas, niluto
- 1 kutsarita ng ground coriander
- 1 kutsarita ng ground cumin
- 4 tasang tupa o sabaw ng manok
- Asin at paminta para lumasa

MGA TAGUBILIN:
a) Sa isang malaking kaldero, igisa ang mga sibuyas at bawang sa langis ng gulay hanggang sa ginintuang kayumanggi.
b) Magdagdag ng mga chunks ng tupa at kayumanggi sa lahat ng panig.
c) Haluin ang ground coriander, ground cumin, asin, at paminta.
d) Ibuhos ang sabaw at pakuluan.
e) Magdagdag ng kanin at nilutong chickpeas, at lutuin hanggang maluto ang bigas at tupa.
f) Ihain nang mainit.

Omani Kofta na may Zucchini Sauce
Hunyo 28, 2023 ni Laura

Pagkatapos ng post noong nakaraang buwan tungkol sa mga alahas ng Harappan na natagpuan sa isang Bronze-age na nitso sa Oman, gusto kong ibahagi sa iyo ang isang masarap, modernong recipe ng Omani mula sa aking koleksyon. Sa kasaganaan ng tag-init ng zucchini at iba pang kalabasa, ito ay isang mahusay na recipe para sa grill, na magiging isa sa iyong mga bagong paborito.

Huwag mag-ingat sa dami ng mga halamang gamot at pampalasa sa karne. Ang kanela sa kofta ay pinaamo sa pamamagitan ng pagluluto, at ang sarsa ay lasa at masarap - kahit na ako mismo ang nagsabi. Ang ulam ay "tagabantay" sa ating tahanan, sana ay sa inyo rin.

40.Omani Kofta na may Zucchini Sauce

MGA INGREDIENTS:
KOFTA
- 1-pound minced beef
- 1 maliit na bungkos ng perehil, tinadtad
- 1 maliit na katamtamang pulang sibuyas, tinadtad
- 1-2 tlbs kanela
- Asin/paminta sa panlasa

ZUCCHINI SAUCE
- 2-3 kutsarita ng langis ng oliba
- 8 tinadtad na clove ng bawang
- 1 tlbs ng dinurog na pulang sili
- 2-3 tsp ng balsamic vinegar
- 1 malaking lata (o 2 maliit na lata) ng tinadtad na kamatis
- 4 dahon ng bay
- 2-3 medium na zucchini
- 1 maliit na bungkos ng perehil, tinadtad
- 1 maliit na bungkos ng mint, tinadtad
- Asin/paminta sa panlasa

MGA TAGUBILIN:

a) Painitin muna ang broiler. Paghaluin ang lahat ng sangkap ng kofta. Lumikha ng mga hugis ng daliri o mga bola. Bahagyang lagyan ng mantika o spray ang isang broiler pan. Magluto ng kofta 2-3 pulgada mula sa apoy. Mag-iiba ang oras ng pagluluto sa laki ng kofta ngunit subukang magluto ng 2-3 minuto bawat panig. (Posible ring i-ihaw ang kofta sa halip).

b) Para sa sarsa ng zucchini, magdagdag ng kaunting olive oil sa isang kasirola at igisa ang bawang at ang pulang sili sa loob ng 3 minuto. Idagdag ang balsamic vinegar at pagkatapos ng isang minuto idagdag ang lahat ng tinadtad na kamatis na may mga dahon ng bay. Hintaying kumulo ang sauce pagkatapos ay takpan ang saucepot at ilagay sa pinakamababang apoy sa loob ng 10 minuto.

c) Gupitin ang zucchini sa maliliit na piraso at igisa ito sa kaunti pang langis ng oliba hanggang sa magsimulang lumambot. Pagkatapos, idagdag ang mga ito sa tomato sauce. Idagdag ang parsley at mint sa sarsa at ihalo nang mabuti. Magdagdag ng ilang asin at paminta ayon sa ninanais.

d) Magluto ng isa pang ilang minuto upang payagan ang lasa ng mga halamang gamot na humawa sa kawali. Pagkatapos, ilagay ang kofta sa serving plate at lagyan ng sauce ang mga ito at ihain ang natitira sa gilid.

41. Madrouba

MGA INGREDIENTS:
- 200 mL long grained white rice gaya ng basmati
- 50 ML pulang lentil
- 100 ML ng nilutong chickpeas
- 4 tbsp langis, tulad ng canola tingnan ang tala
- ¼ sibuyas, tinadtad
- 4 cloves na bawang, tinadtad
- 2 tsp sariwang luya, gadgad
- 1 kamatis, hiniwa
- 2 buong tuyo na dayap tingnan ang tala
- 2 tsp turmerik
- 2 tsp kumin
- 2 tsp ground coriander
- 1 tsp ground cinnamon
- 1 tsp ground cardamom
- 1 kurot na nutmeg
- 1 stock cube ng gulay
- cayenne pepper sa panlasa
- asin sa panlasa

MGA TOPPING (OPTIONAL)
- 1 kutsarang canola oil
- ¼ sibuyas, hiniwa ng manipis
- sariwang lime wedges

MGA TAGUBILIN:
a) Para sa mga tuyong kalamansi, hiwain ang mga ito at putulin ang maitim at malambot na laman. Itapon ang mga buto at shell. Hiwain ng magaspang at idagdag sa kaldero.
b) Maglagay ng malaking kaldero sa daluyan hanggang mataas na init. Magdagdag ng 2-3 tbsp canola oil.
c) Iprito ang tinadtad na sibuyas hanggang sa magsimula itong maging kayumanggi.
d) Magdagdag ng bawang at luya at haluin hanggang lumambot at mabango.
e) Idagdag ang diced na kamatis at lahat ng pampalasa, kabilang ang pinatuyong kalamansi o zest.
f) Haluin ang kanin, lentil at chickpeas. Magdagdag ng 600 ML ng tubig at pakuluan.
g) Hayaang kumulo ang bigas sa mababang temperatura sa loob ng 40-60 minuto. Haluin nang madalas at magdagdag ng mas maraming tubig kung kinakailangan. Natapos ko ang paggamit ng kabuuang 1200 mL.
h) Samantala, iprito ang manipis na hiniwang sibuyas hanggang madilim na kayumanggi.
i) Kapag malambot na ang kanin at nagsimulang malaglag, tapusin ang ulam sa pamamagitan ng pagmasahe ng kanin gamit ang potato masher.
j) Opsyonal: pukawin ang ilang langis ng oliba.
k) Ihain ang ulam na mainit at itaas kasama ang piniritong sibuyas at marahil ilang sariwang lime wedges.

42. Manok na may Sibuyas at Cardamom Rice

MGA INGREDIENTS:
- 3 kutsara / 40 g ng asukal
- 3 kutsara / 40 ML ng tubig
- 2½ tbsp / 25 g barberry (o currants)
- 4 tbsp langis ng oliba
- 2 katamtamang sibuyas, hiniwang manipis (2 tasa / 250 g sa kabuuan)
- 2¼ lb / 1 kg skin-on, buto-in na hita ng manok, o 1 buong manok, quartered
- 10 cardamom pods
- bilugan ¼ tsp buong clove
- 2 mahabang cinnamon sticks, nahati sa dalawa
- 1⅔ tasa / 300 g basmati rice
- 2¼ tasa / 550 ML ng tubig na kumukulo
- 1½ tbsp / 5 g flat-leaf na dahon ng perehil, tinadtad
- ½ tasa / 5 g dahon ng dill, tinadtad
- ¼ tasa / 5 g dahon ng cilantro, tinadtad
- ⅓ tasa / 100 g Greek yogurt, hinaluan ng 2 kutsarang langis ng oliba (opsyonal)
- asin at sariwang giniling na itim na paminta

MGA TAGUBILIN

a) Ilagay ang asukal at tubig sa isang maliit na kasirola at init hanggang matunaw ang asukal. Alisin mula sa apoy, idagdag ang mga barberry, at itabi upang magbabad. Kung gumagamit ng mga currant, hindi mo kailangang ibabad ang mga ito sa ganitong paraan.

b) Samantala, painitin ang kalahati ng langis ng oliba sa isang malaking kawali kung saan mayroon kang takip sa katamtamang init, idagdag ang sibuyas, at lutuin ng 10 hanggang 15 minuto, paminsan-minsang pagpapakilos, hanggang sa maging malalim na ginintuang kayumanggi ang sibuyas. Ilipat ang sibuyas sa isang maliit na mangkok at punasan ang kawali.

c) Ilagay ang manok sa isang malaking mixing bowl at timplahan ng 1½ kutsarita bawat asin at itim na paminta. Idagdag ang natitirang langis ng oliba, cardamom, cloves, at cinnamon at gamitin ang iyong mga kamay upang ihalo nang mabuti ang lahat. Painitin muli ang kawali at ilagay ang manok at pampalasa.

d) Maghain ng 5 minuto sa bawat panig at alisin mula sa kawali (ito ay mahalaga dahil ito ay nagluluto ng manok). Ang mga pampalasa ay maaaring manatili sa kawali, ngunit huwag mag-alala kung dumikit ito sa manok.

e) Alisin din ang karamihan sa natitirang langis, mag-iwan lamang ng manipis na pelikula sa ibaba. Idagdag ang kanin, caramelized na sibuyas, 1 kutsarita ng asin, at maraming itim na paminta. Alisan ng tubig ang mga barberry at idagdag din ang mga ito. Haluing mabuti at ibalik ang seared chicken sa kawali, itulak ito sa kanin.

f) Ibuhos ang kumukulong tubig sa kanin at manok, takpan ang kawali, at lutuin sa napakababang apoy sa loob ng 30 minuto. Alisin ang kawali sa apoy, tanggalin ang takip, mabilis na ilagay ang isang malinis na tuwalya ng tsaa sa ibabaw ng kawali, at i-seal muli gamit ang takip. Iwanan ang ulam na hindi nakakagambala para sa isa pang 10 minuto. Panghuli, idagdag ang mga halamang gamot at gumamit ng isang tinidor upang pukawin ang mga ito at pahimulmol ang kanin. Tikman at magdagdag ng higit pang asin at paminta kung kinakailangan. Ihain ang mainit o mainit na may yogurt kung gusto mo.

43.Mga Beef Meatball na may Fava Beans at Lemon

MGA INGREDIENTS:
- 4½ kutsarang langis ng oliba
- 2⅓ tasa / 350 g fava beans, sariwa o frozen
- 4 buong thyme sprigs
- 6 cloves na bawang, hiniwa
- 8 berdeng sibuyas, gupitin sa isang anggulo sa ¾-pulgada / 2cm na mga segment
- 2½ kutsarang sariwang kinatas na lemon juice
- 2 tasa / 500 ML stock ng manok
- asin at sariwang giniling na itim na paminta
- 1½ tsp bawat tinadtad na flat-leaf parsley, mint, dill, at cilantro, upang matapos

MGA MEATBALLS
- 10 oz / 300 g giniling na karne ng baka
- 5 oz / 150 g giniling na tupa
- 1 katamtamang sibuyas, pinong tinadtad
- 1 tasa / 120 g mumo ng tinapay
- 2 tbsp bawat tinadtad na flat-leaf parsley, mint, dill, at cilantro
- 2 malalaking clove ng bawang, durog
- 4 tsp baharat spice mix (binili sa tindahan o tingnan ang recipe)
- 4 tsp ground cumin
- 2 tsp capers, tinadtad
- 1 itlog, pinalo

MGA TAGUBILIN

a) Ilagay ang lahat ng sangkap ng meatball sa isang malaking mixing bowl. Magdagdag ng ¾ kutsarita ng asin at maraming itim na paminta at haluing mabuti gamit ang iyong mga kamay. Bumuo sa mga bola na halos kasing laki ng mga bola ng Ping-Pong. Init ang 1 kutsara ng langis ng oliba sa katamtamang init sa isang napakalaking kawali kung saan mayroon kang takip. Haluin ang kalahati ng mga bola-bola, paikutin ang mga ito hanggang sa maging kayumanggi ang lahat, mga 5 minuto. Alisin, magdagdag ng isa pang 1½ kutsarita ng langis ng oliba sa kawali, at lutuin ang iba pang batch ng mga bola-bola. Alisin sa kawali at punasan ito ng malinis.

b) Habang niluluto ang mga bola-bola, itapon ang fava beans sa isang palayok na may maraming inasnan na tubig na kumukulo at pakuluan ng 2 minuto. Patuyuin at i-refresh sa ilalim ng malamig na tubig. Alisin ang mga balat mula sa kalahati ng fava beans at itapon ang mga balat.

c) Init ang natitirang 3 kutsarang langis ng oliba sa katamtamang init sa parehong kawali kung saan mo sinira ang mga bola-bola. Idagdag ang thyme, bawang, at berdeng sibuyas at igisa ng 3 minuto. Idagdag ang hindi nabalatang fava beans, 1½ kutsara ng lemon juice, ⅓ cup / 80 ml ng stock, ¼ kutsarita ng asin, at maraming itim na paminta. Ang mga beans ay dapat na halos sakop ng likido. Takpan ang kawali at lutuin sa mahinang apoy sa loob ng 10 minuto.

d) Ibalik ang meatballs sa kawali na may hawak na fava beans. Idagdag ang natitirang stock, takpan ang kawali, at kumulo ng malumanay sa loob ng 25 minuto. Tikman ang sarsa at ayusin ang pampalasa. Kung ito ay masyadong runny, tanggalin ang takip at bawasan ng kaunti. Kapag ang mga bola-bola ay huminto sa pagluluto, sila ay magbabad ng maraming juice, kaya siguraduhing mayroon pa ring maraming sarsa sa puntong ito. Maaari mong iwanan ang mga bola-bola ngayon, patayin ang apoy, hanggang handa nang ihain.

e) Bago ihain, initin muli ang mga bola-bola at magdagdag ng kaunting tubig, kung kinakailangan, upang makakuha ng sapat na sarsa. Idagdag ang natitirang mga halamang gamot, ang natitirang 1 kutsarang lemon juice, at ang binalatan na fava beans at ihalo nang malumanay. Ihain kaagad.

44. Mga Lamb Meatball na may Barberry, Yogurt at Herb

NGREDIENTS:
- 1⅔ lb / 750 g giniling na tupa
- 2 medium na sibuyas, pinong tinadtad
- ⅔ oz / 20 g flat-leaf parsley, pinong tinadtad
- 3 cloves ng bawang, durog
- ¾ tsp ground allspice
- ¾ tsp ground cinnamon
- 6 tbsp / 60 g barberry
- 1 malaking free-range na itlog
- 6½ kutsara / 100 ML ng langis ng mirasol
- 1½ lb / 700 g saging o iba pang malalaking shallots, binalatan
- ¾ tasa kasama ang 2 kutsara / 200 ML puting alak
- 2 tasa / 500 ML stock ng manok
- 2 dahon ng bay
- 2 sanga ng thyme
- 2 tsp asukal
- 5 oz / 150 g pinatuyong igos
- 1 tasa / 200 g Greek yogurt
- 3 kutsarang pinaghalong mint, cilantro, dill, at tarragon, gutay-gutay
- asin at sariwang giniling na itim na paminta

MGA TAGUBILIN

a) Ilagay ang tupa, sibuyas, perehil, bawang, allspice, kanela, barberry, itlog, 1 kutsarita ng asin, at ½ kutsarita ng itim na paminta sa isang malaking mangkok. Paghaluin gamit ang iyong mga kamay, pagkatapos ay gumulong sa mga bola na halos kasing laki ng mga bola ng golf.

b) Init ang isang-katlo ng langis sa katamtamang init sa isang malaking, mabigat na ilalim na palayok kung saan mayroon kang mahigpit na takip. Maglagay ng ilang meatballs at lutuin at paikutin ng ilang minuto hanggang sa makulayan ang lahat. Alisin sa kaldero at itabi. Lutuin ang natitirang mga bola-bola sa parehong paraan.

c) Punasan ang kawali at idagdag ang natitirang langis. Idagdag ang mga shallots at lutuin ang mga ito sa katamtamang init sa loob ng 10 minuto, pagpapakilos nang madalas, hanggang sa ginintuang kayumanggi. Idagdag ang alak, hayaang bumula ang isang minuto o dalawa, pagkatapos ay idagdag ang stock ng manok, dahon ng bay, thyme, asukal, at ilang asin at paminta. Ayusin ang mga igos at bola-bola sa pagitan at sa ibabaw ng mga shallots; ang mga bola-bola ay kailangang halos sakop ng likido. Pakuluan, takpan ng takip, bawasan ang apoy sa napakababa, at hayaang kumulo sa loob ng 30 minuto. Alisin ang takip at pakuluan ng halos isa pang oras, hanggang sa bumaba ang sarsa at tumindi ang lasa. Tikman at magdagdag ng asin at paminta kung kinakailangan.

d) Ilipat sa isang malaki at malalim na serving dish. Talunin ang yogurt, ibuhos sa ibabaw, at ikalat kasama ang mga damo.

45. Barley Risotto na may Marinated Feta

MGA INGREDIENTS:
- 1 tasa / 200 g perlas barley
- 2 tbsp / 30 g unsalted butter
- 6 tbsp / 90 ML ng langis ng oliba
- 2 maliit na tangkay ng kintsay, gupitin sa ¼-pulgada / 0.5cm na dice
- 2 maliit na shallots, gupitin sa ¼-inch / 0.5cm dice
- 4 na clove ng bawang, gupitin sa 1/16-inch / 2mm dice
- 4 na sanga ng thyme
- ½ tsp pinausukang paprika
- 1 dahon ng bay
- 4 na piraso ng balat ng lemon
- ¼ tsp chile flakes
- isang 14-oz / 400g lata ng tinadtad na kamatis
- 3 tasa / 700 ML stock ng gulay
- 1¼ tasa / 300 ml passata (sieved durog na kamatis)
- 1 kutsarang buto ng caraway
- 10½ oz / 300 g feta cheese, nahati sa humigit-kumulang ¾-pulgada / 2cm na piraso
- 1 kutsarang sariwang dahon ng oregano
- asin

MGA TAGUBILIN

a) Banlawan ng mabuti ang pearl barley sa ilalim ng malamig na tubig at hayaang maubos.
b) Matunaw ang mantikilya at 2 kutsara ng langis ng oliba sa isang napakalaking kawali at lutuin ang kintsay, shallots, at bawang sa mahinang apoy sa loob ng 5 minuto, hanggang malambot. Idagdag ang barley, thyme, paprika, bay leaf, lemon peel, chile flakes, mga kamatis, stock, passata, at asin. Haluin upang pagsamahin.
c) Pakuluan ang pinaghalong, pagkatapos ay bawasan sa isang napaka banayad na kumulo at lutuin ng 45 minuto, madalas na pagpapakilos upang matiyak na ang risotto ay hindi mahuhulog sa ilalim ng kawali. Kapag handa na, ang barley ay dapat na malambot at karamihan sa likido ay hinihigop.
d) Samantala, i-toast ang mga buto ng caraway sa isang tuyong kawali sa loob ng ilang minuto. Pagkatapos ay bahagyang durugin ang mga ito upang ang ilang mga buong buto ay manatili. Idagdag ang mga ito sa feta kasama ang natitirang 4 na kutsara / 60 ML ng langis ng oliba at dahan-dahang ihalo upang pagsamahin.
e) Kapag handa na ang risotto, suriin ang panimpla at pagkatapos ay hatiin ito sa apat na mababaw na mangkok. Ibabaw ang bawat isa ng inatsara na feta, kabilang ang mantika, at isang pagwiwisik ng dahon ng oregano.

46.Inihaw na manok na may clementines

MGA INGREDIENTS:
- 6½ tbsp / 100 ml arak, ouzo, o Pernod
- 4 tbsp langis ng oliba
- 3 kutsarang sariwang piniga na orange juice
- 3 kutsarang sariwang kinatas na lemon juice
- 2 kutsara ng butil ng mustasa
- 3 tbsp light brown sugar
- 2 medium na bumbilya ng haras (1 lb / 500 g sa kabuuan)
- 1 malaking organic o free-range na manok, humigit-kumulang 2¾ lb / 1.3 kg, nahahati sa 8 piraso, o pareho ang timbang sa balat, buto-sa mga hita ng manok
- 4 na clementine, hindi binalatan (14 oz / 400 g sa kabuuan), gupitin nang pahalang sa ¼-pulgada / 0.5cm na mga hiwa
- 1 kutsarang dahon ng thyme
- 2½ tsp haras seeds, bahagyang durog
- asin at sariwang giniling na itim na paminta
- tinadtad na flat-leaf perehil, upang palamutihan

MGA TAGUBILIN

a) Ilagay ang unang anim na sangkap sa isang malaking mixing bowl at magdagdag ng 2½ kutsarita ng asin at 1½ kutsarita ng itim na paminta. Haluing mabuti at itabi.

b) Gupitin ang haras at gupitin ang bawat bombilya sa kalahating pahaba. Gupitin ang bawat kalahati sa 4 na wedges. Idagdag ang haras sa mga likido, kasama ang mga piraso ng manok, hiwa ng clementine, thyme, at mga buto ng haras. Haluing mabuti gamit ang iyong mga kamay, pagkatapos ay iwanan upang mag-marinate sa refrigerator sa loob ng ilang oras o magdamag (ang paglaktaw sa yugto ng marinating ay mainam din, kung ikaw ay pinindot ng oras).

c) Painitin ang oven sa 475°F / 220°C. Ilipat ang manok at ang marinade nito sa isang baking sheet na may sapat na laki para ma-accommodate ang lahat nang kumportable sa isang layer (halos isang 12 by 14½-inch / 30 by 37cm pan); dapat nakaharap ang balat ng manok. Kapag sapat na ang init ng oven, ilagay ang kawali sa oven at igisa sa loob ng 35 hanggang 45 minuto, hanggang sa magkulay at maluto ang manok. Alisin sa oven.

d) Iangat ang manok, haras, at clementine mula sa kawali at ayusin sa serving plate; takpan at panatilihing mainit-init.

e) Ibuhos ang likido sa pagluluto sa isang maliit na kasirola, ilagay sa katamtamang init, pakuluan, at pagkatapos ay kumulo hanggang sa ang sarsa ay nabawasan ng isang-katlo, upang ikaw ay naiwan na may humigit-kumulang ⅓ tasa / 80 ml.

f) Ibuhos ang mainit na sarsa sa ibabaw ng manok, palamutihan ng kaunting perehil, at ihain.

47. Mejadra

MGA INGREDIENTS:

- 1¼ tasa / 250 g berde o kayumanggi lentil
- 4 katamtamang sibuyas (1½ lb / 700 g bago balatan)
- 3 kutsarang all-purpose na harina
- mga 1 tasa / 250 ML ng langis ng mirasol
- 2 tsp buto ng kumin
- 1½ kutsarang buto ng kulantro
- 1 tasa / 200 g basmati rice
- 2 kutsarang langis ng oliba
- ½ tsp giniling na turmeric
- 1½ tsp ground allspice
- 1½ tsp ground cinnamon
- 1 tsp asukal
- 1½ tasa / 350 ML ng tubig
- asin at sariwang giniling na itim na paminta

MGA TAGUBILIN

a) Ilagay ang mga lentil sa isang maliit na kasirola, takpan ng maraming tubig, pakuluan, at lutuin ng 12 hanggang 15 minuto, hanggang sa lumambot ang lentil ngunit mayroon pa ring kaunting kagat. Patuyuin at itabi.

b) Balatan ang mga sibuyas at hiwain ng manipis. Ilagay sa isang malaking flat plate, budburan ng harina at 1 kutsarita ng asin, at haluing mabuti gamit ang iyong mga kamay. Init ang langis ng mirasol sa isang medium heavy-bottomed saucepan na inilagay sa mataas na init. Siguraduhing mainit ang mantika sa pamamagitan ng paghahagis ng isang maliit na piraso ng sibuyas; dapat itong sumirit nang malakas. Bawasan ang init sa medium-high at maingat (maaaring dumura!) Idagdag ang isang-katlo ng hiniwang sibuyas. Magprito ng 5 hanggang 7 minuto, hinahalo paminsan-minsan gamit ang isang slotted na kutsara, hanggang sa maging maganda ang kulay ng sibuyas at maging malutong (ayusin ang temperatura para hindi masyadong mabilis magprito at masunog ang sibuyas). Gamitin ang kutsara upang ilipat ang sibuyas sa isang colander na nilagyan ng mga tuwalya ng papel at budburan ng kaunting asin. Gawin ang parehong sa iba pang dalawang batch ng sibuyas; magdagdag ng kaunting langis kung kinakailangan.

c) Punasan ng malinis ang kasirola kung saan mo pinirito ang sibuyas at ilagay ang mga buto ng kumin at kulantro. Ilagay sa katamtamang init at i-toast ang mga buto sa loob ng isang minuto o dalawa. Idagdag ang bigas, olive oil, turmeric, allspice, cinnamon, asukal, ½ kutsarita ng asin, at maraming itim na paminta. Haluin para malagyan ng mantika ang kanin at pagkatapos ay idagdag ang nilutong lentil at tubig. Pakuluan, takpan ng takip, at kumulo sa napakababang apoy sa loob ng 15 minuto.

d) Alisin mula sa apoy, alisin ang takip, at mabilis na takpan ang kawali gamit ang malinis na tuwalya ng tsaa. Takpan nang mahigpit ang takip at itabi sa loob ng 10 minuto.

e) Panghuli, idagdag ang kalahati ng piniritong sibuyas sa kanin at lentil at malumanay na haluin gamit ang isang tinidor. Itambak ang pinaghalong sa isang mababaw na serving bowl at itaas ang natitirang bahagi ng sibuyas.

48. Couscous na may kamatis at sibuyas

MGA INGREDIENTS:
- 3 kutsarang langis ng oliba
- 1 medium na sibuyas, pinong tinadtad (1 tasa / 160 g sa kabuuan)
- 1 kutsarang tomato paste
- ½ tsp asukal
- 2 hinog na kamatis, gupitin sa ¼-pulgada / 0.5cm na dice (1¾ tasa / 320 g sa kabuuan)
- 1 tasa / 150 g couscous
- 1 tasa / 220 ML na kumukulo na stock ng manok o gulay
- 2½ kutsara / 40 g unsalted butter
- asin at sariwang giniling na itim na paminta

MGA TAGUBILIN

a) Ibuhos ang 2 kutsara ng langis ng oliba sa isang nonstick pan na mga 8½ pulgada / 22 cm ang lapad at ilagay sa katamtamang init. Idagdag ang sibuyas at lutuin ng 5 minuto, haluin nang madalas, hanggang sa lumambot ngunit hindi makulayan. Ihalo ang tomato paste at asukal at lutuin ng 1 minuto.

b) Idagdag ang mga kamatis, ½ kutsarita ng asin, at ilang itim na paminta at lutuin ng 3 minuto.

c) Samantala, ilagay ang couscous sa isang mababaw na mangkok, ibuhos ang kumukulong stock, at takpan ng plastic wrap. Itabi sa loob ng 10 minuto, pagkatapos ay tanggalin ang takip at hilumin ang couscous gamit ang isang tinidor. Idagdag ang tomato sauce at haluing mabuti.

d) Linisan ang kawali at initin ang mantikilya at ang natitirang 1 kutsarang langis ng oliba sa katamtamang init. Kapag natunaw na ang mantikilya, isawsaw ang couscous sa kawali at gamitin ang likod ng kutsara upang malumanay itong i-tap para mapuno ito nang husto.

e) Takpan ang kawali, bawasan ang init sa pinakamababang setting nito, at hayaang mag-steam ang couscous sa loob ng 10 hanggang 12 minuto, hanggang sa makakita ka ng light brown na kulay sa paligid. Gumamit ng offset na spatula o kutsilyo para tulungan kang sumilip sa pagitan ng gilid ng couscous at ng gilid ng kawali: gusto mo ng talagang malutong na gilid sa buong base at gilid.

f) Baligtarin ang isang malaking plato sa ibabaw ng kawali at mabilis na baligtarin ang kawali at plato nang magkasama, ilalabas ang couscous sa plato. Ihain nang mainit o sa temperatura ng kuwarto.

MGA SABAW

49. Roasted Carrot Soup na may Dukkah Spice

MGA INGREDIENTS:
- 1/2 cup unsalted, shelled raw natural pistachios
- 2 kutsarang linga
- 2 kutsarita buto ng kulantro
- 2 kutsaritang buto ng kumin
- 1/2 kutsarita na buto ng haras
- 1/4 kutsarita buong black peppercorns
- 2 kutsarita ng kosher salt, dagdag pa sa panlasa
- 2 kutsarita ng turmerik
- 1/2 kutsarita ng kanela
- 1/2 kutsarita ng nutmeg, bagong gadgad
- 2 kutsarita ng kumin, sariwang giniling
- 1 kutsarita Omani (ground lemon)
- 1/4 tasa ng apple cider vinegar
- 2 pounds carrots, binalatan, gupitin sa 1/2-inch na buwan
- 1 malaking dilaw na sibuyas, binalatan, gupitin sa 1/4-pulgada na hiwa
- 8 sibuyas ng bawang, binalatan
- 4-8 tablespoons unsalted butter, natunaw
- Bagong giniling na itim na paminta, sa panlasa
- 6 tasang sabaw ng manok
- Full-fat plain Greek yogurt, para sa dekorasyon
- Cilantro, halos tinadtad, para sa dekorasyon

MGA TAGUBILIN:
Maghanda ng Dukkah Spice Blend:
a) Mag-toast ng mga pistachio sa isang tuyong kawali sa katamtamang apoy hanggang sa ginintuang kayumanggi. Ilipat sa isang maliit na plato at hayaang lumamig.
b) Sa parehong kawali, magdagdag ng sesame seeds, coriander seeds, cumin seeds, fennel seeds, at peppercorns. Mag-toast hanggang mabango, pagkatapos ay ilipat sa plato na may mga mani at hayaang lumamig.
c) Ilipat ang pinaghalong nut at spice kasama ang 1 kutsarita ng asin sa isang food processor o mortar at pestle. Gumiling nang magaspang para gawing timpla ang Dukkah spice. Maaari itong gawin nang maaga at maiimbak na airtight sa temperatura ng silid.

Inihaw ang mga Gulay:
d) Painitin muna ang oven sa 425°F.
e) Sa isang rimmed baking sheet, ilagay ang mga karot, sibuyas, at bawang. Magpahid ng tinunaw na mantikilya, timplahan ng asin at paminta, at ihalo.
f) Inihaw ng humigit-kumulang 25 minuto hanggang sa magsimulang mag-brown ang mga sibuyas. Alisin ang mga sibuyas at bawang. Ipagpatuloy ang pag-ihaw ng mga karot para sa karagdagang 10-20 minuto hanggang malambot at magsimulang maging kayumanggi.

Ihanda ang Sopas:
g) Sa isang malaking palayok, pagsamahin ang mga inihaw na sibuyas at bawang na may 1 kutsarang mantikilya, asin, at paminta.
h) Magdagdag ng 3 kutsara ng apple cider vinegar at lutuin hanggang sa mabawasan, mga 3-5 minuto, paminsan-minsang pagpapakilos.
i) Magdagdag ng stock ng manok, turmeric, cinnamon, cumin, nutmeg, at Omani. Dalhin sa isang kumulo at idagdag ang mga inihaw na karot. Pakuluan ng humigit-kumulang 30 minuto hanggang malambot ang mga karot.
j) Gumamit ng immersion blender o blender para katas ang sopas hanggang makinis.
k) Ibuhos ang sopas sa katamtamang kasirola at pakuluan sa katamtamang init. Timplahan ng asin at paminta.
l) Hatiin ang mainit na sopas sa mga mangkok.
m) Magsandok ng isang pirasong yogurt sa gitna ng bawat mangkok.
n) Budburan ng Dukkah spice blend at palamutihan ng sariwang cilantro.

50. Marak Samak (Omani Fish Soup)

MGA INGREDIENTS:
- 500g puting isda fillet, gupitin sa mga tipak
- 1 sibuyas, pinong tinadtad
- 2 kamatis, hiniwa
- 2 cloves na bawang, tinadtad
- 1 kutsaritang giniling na turmerik
- 1 kutsarita ng ground cumin
- 1 kutsarita ng ground coriander
- 1/4 tasa tinadtad na cilantro
- 1 lemon, tinadtad
- Asin at paminta para lumasa

MGA TAGUBILIN:
a) Sa isang kaldero, igisa ang mga sibuyas at bawang hanggang sa lumambot.
b) Magdagdag ng mga kamatis, turmerik, kumin, at kulantro. Lutuin hanggang malambot ang mga kamatis.
c) Ibuhos ang sapat na tubig upang masakop ang mga sangkap. Dalhin sa kumulo.
d) Dahan-dahang magdagdag ng mga tipak ng isda at lutuin hanggang sa malabo at maluto ang isda.
e) Paghaluin ang cilantro, lemon juice, asin, at paminta. Ihain nang mainit.

51. Shorbat Adas (Omani Lentil Soup)

MGA INGREDIENTS:
- 1 tasang pulang lentil, hugasan
- 1 sibuyas, tinadtad
- 2 karot, diced
- 2 kamatis, hiniwa
- 2 cloves na bawang, tinadtad
- 1 kutsarita ng ground cumin
- 1 kutsarita ng ground coriander
- 1/2 kutsaritang giniling na turmeric
- 6 tasang sabaw ng gulay o manok
- Langis ng oliba para sa pag-ambon
- Asin at paminta para lumasa

MGA TAGUBILIN:
a) Sa isang kaldero, igisa ang mga sibuyas at bawang hanggang sa transparent.
b) Magdagdag ng mga karot, kamatis, lentil, kumin, kulantro, at turmerik. Haluin mabuti.
c) Ibuhos ang sabaw at pakuluan. Bawasan ang init at kumulo hanggang malambot ang lentil.
d) Timplahan ng asin at paminta. Ibuhos ang langis ng oliba bago ihain.

52.Shorbat Khodar (Omani Vegetable Soup)

MGA INGREDIENTS:
- 1 sibuyas, tinadtad
- 2 karot, diced
- 2 zucchini, diced
- 1 patatas, hiniwa
- 1/2 tasa ng green beans, tinadtad
- 1/4 tasa ng lentil
- 1 kutsarita ng ground cumin
- 1 kutsarita ng ground coriander
- 6 tasang sabaw ng gulay
- sariwang perehil, tinadtad (para sa dekorasyon)
- Langis ng oliba para sa pag-ambon
- Asin at paminta para lumasa

MGA TAGUBILIN:
a) Sa isang kaldero, igisa ang mga sibuyas hanggang sa transparent.
b) Magdagdag ng mga karot, zucchini, patatas, green beans, lentil, kumin, at kulantro. Haluin mabuti.
c) Ibuhos ang sabaw ng gulay at pakuluan. Bawasan ang init at kumulo hanggang sa lumambot ang mga gulay.
d) Timplahan ng asin at paminta. Palamutihan ng sariwang perehil at lagyan ng langis ng oliba bago ihain.

53. Lime Chicken Soup

MGA INGREDIENTS:
- 2 kutsarang langis ng oliba
- ½ dilaw o puting sibuyas na pinong tinadtad
- 2 bawang cloves tinadtad
- 5 tasang low sodium stock ng manok
- 4 na pinatuyong Persian limes
- 2 kutsarang turmerik
- 1 tasang Basmati rice
- 13 onsa ang mga chickpeas na banlawan
- 1 tasang nilutong hinimay na manok
- Ground black pepper
- Ang mga dahon ng perehil ay tinadtad, para sa dekorasyon

MGA TAGUBILIN:

a) Dalhin ang isang Dutch oven sa katamtamang init at ibuhos ang langis ng oliba at igisa ang tinadtad na sibuyas sa loob ng 4-5 minuto hanggang malambot. Magdagdag ng bawang at igisa ng isa pang minuto.

b) Ibuhos sa stock ng manok at magdagdag ng pinatuyong kalamansi, turmeric, basmati rice at chickpeas at lutuin hanggang lumambot ang kanin, mga 15 minuto.

c) Idagdag ang ginutay-gutay na manok at ipagpatuloy ang pagluluto sa mababang init hanggang sa uminit ang manok.

d) Alisin ang pinatuyong kalamansi at itapon bago ihain. Ilagay ang sopas sa mga mangkok at palamutihan ng tinadtad na perehil at itim na paminta.

54. Harira (Omani Spiced Chickpea Soup)

MGA INGREDIENTS:
- 1 tasang pinatuyong chickpeas, ibinabad sa magdamag
- 1 sibuyas, pinong tinadtad
- 2 kamatis, hiniwa
- 2 kutsarang tomato paste
- 1/2 tasa ng lentil
- 2 cloves na bawang, tinadtad
- 1 kutsarita ng giniling na kanela
- 1 kutsarita ng ground cumin
- 1/2 kutsaritang giniling na turmeric
- Asin at paminta para lumasa
- 6 tasang sabaw ng manok o gulay
- 2 kutsarang langis ng gulay
- Sariwang cilantro para sa dekorasyon

MGA TAGUBILIN:

a) Sa isang malaking palayok, painitin ang langis ng gulay sa katamtamang init. Magdagdag ng tinadtad na sibuyas at tinadtad na bawang, igisa hanggang lumambot.

b) Magdagdag ng mga chickpeas, lentil, kamatis, at tomato paste. Magluto ng 5 minuto.

c) Magdagdag ng kanela, kumin, turmerik, asin, at paminta. Haluin mabuti.

d) Ibuhos ang sabaw at pakuluan. Bawasan ang init at kumulo hanggang lumambot ang chickpeas.

e) Ayusin ang pampalasa, at ihain nang mainit, pinalamutian ng sariwang cilantro.

55. Shorbat Hab (Omani Lentil at Barley Soup)

MGA INGREDIENTS:
- 1 tasang berde o kayumangging lentil, hugasan at pinatuyo
- 1/2 tasa perlas barley, banlawan
- 1 sibuyas, pinong tinadtad
- 2 kamatis, hiniwa
- 2 karot, diced
- 2 tangkay ng kintsay, tinadtad
- 2 cloves na bawang, tinadtad
- 1 kutsaritang giniling na turmerik
- 1 kutsarita ng ground cumin
- Asin at paminta para lumasa
- 6 tasang sabaw ng manok o gulay
- 2 kutsarang langis ng gulay
- Lemon wedges para sa paghahatid

MGA TAGUBILIN:
a) Sa isang malaking palayok, painitin ang langis ng gulay sa katamtamang init. Magdagdag ng tinadtad na mga sibuyas at tinadtad na bawang, igisa hanggang sa translucent.
b) Magdagdag ng lentil, barley, kamatis, karot, kintsay, turmerik, kumin, asin, at paminta. Magluto ng 5 minuto.
c) Ibuhos ang sabaw at pakuluan. Bawasan ang init at kumulo hanggang malambot ang lentil at barley.
d) Ayusin ang pampalasa, at ihain nang mainit na may isang piga ng lemon.

56. Omani Gulay Shurbah

MGA INGREDIENTS:
- 2 kutsarang langis ng gulay
- 1 sibuyas, pinong tinadtad
- 2 carrots, binalatan at diced
- 2 patatas, binalatan at hiniwa
- 1 zucchini, diced
- 1 tasang green beans, tinadtad
- 2 kamatis, hiniwa
- 3 cloves ng bawang, tinadtad
- 1 kutsarita ng ground cumin
- 1 kutsarita ng ground coriander
- 1 kutsaritang giniling na turmerik
- Asin at paminta para lumasa
- 6 tasang sabaw ng gulay
- 1/2 tasa ng vermicelli o maliit na pasta
- Sariwang perehil para sa dekorasyon

MGA TAGUBILIN:
a) Sa isang malaking palayok, painitin ang langis ng gulay sa katamtamang init. Magdagdag ng tinadtad na sibuyas at tinadtad na bawang, igisa hanggang lumambot.
b) Magdagdag ng diced carrots, patatas, zucchini, green beans, at mga kamatis sa palayok. Maglulo ng mga 5 minuto, paminsan-minsang pagpapakilos.
c) Budburan ang ground cumin, coriander, turmeric, asin, at paminta sa mga gulay. Haluing mabuti upang malagyan ng mga pampalasa ang mga gulay.
d) Ibuhos ang sabaw ng gulay at dalhin ang timpla sa isang pigsa. Kapag kumulo na, bawasan ang apoy at hayaang maluto ng mga 15-20 minuto o hanggang sa lumambot ang mga gulay.
e) Magdagdag ng vermicelli o maliit na pasta sa kaldero at lutuin ayon sa mga tagubilin sa pakete hanggang sa al dente.
f) Ayusin ang pampalasa kung kinakailangan at hayaang kumulo ang sabaw para sa karagdagang 5 minuto upang hayaang matunaw ang mga lasa.
g) Ihain nang mainit, pinalamutian ng sariwang perehil.

57. Omani Tomato Isda Sopas

MGA INGREDIENTS:
- 1 medium na sili
- 1 kutsarang langis ng gulay
- 2 cloves na bawang, pinong tinadtad
- 4 tasang tubig
- 1 sachet na Chicken Noodle Soup
- 1 katamtamang kamatis, diced
- 300g kingfish fillet, gupitin sa maliliit na cubes
- 1 kutsarang sariwang perehil

MGA TAGUBILIN:
a) Sa isang medium na kasirola, igisa ang sili at bawang sa vegetable oil hanggang malambot.
b) Magdagdag ng tubig at pakuluan.
c) Magdagdag ng Chicken Noodle Soup, diced na kamatis, at mga piraso ng isda.
d) Pakuluan sa katamtamang init sa loob ng 5 minuto, o hanggang sa lumapot ang sabaw at ganap na maluto ang isda.
e) Ihain ang sopas na may sariwang parsley at lemon wedges.

58. Omani-Balochi Lemon Fish Curry (Paplo)

MGA INGREDIENTS:
- 1 kutsarang bawang
- 2 sibuyas, maliit na diced
- 650g swordfish (o alternatibo, tinadtad sa maliliit na piraso)
- 1 kutsarang turmerik
- 2 medium na kamatis, quartered
- Asin sa panlasa
- 80ml lemon juice (halos 2.5 lemons)
- 1.5 litro ng tubig
- 1/2 kutsarita Baharat
- 2 sariwang berdeng sili, halos tinadtad
- Maliit na bungkos ng sariwang kulantro (mga 30-40g), tinadtad ng pinong

MGA TAGUBILIN:
a) Sa isang malaking kawali, pagsamahin ang tubig, bawang, sibuyas, sili, kamatis, Baharat, at turmerik. Pakuluan.
b) Kapag ang timpla ay nagsimulang magbula, idagdag ang tinadtad na isda sa kawali.
c) Pakuluan ang pinaghalong hanggang sa ganap na maluto ang isda.
d) Magdagdag ng asin at lemon juice, at patuloy na kumulo sa mahinang apoy para sa mga 10 minuto, na nagpapahintulot sa pinaghalong bahagyang sumingaw ng ilang sentimetro.
e) Bago ihain, ihalo ang pinong tinadtad na sariwang kulantro.

59. Watercress at chickpea na sopas na may rosas na tubig

MGA INGREDIENTS:
- 2 medium carrots (9 oz / 250 g sa kabuuan), gupitin sa ¾-inch / 2cm dice
- 3 kutsarang langis ng oliba
- 2½ tsp ras el hanout
- ½ tsp giniling na kanela
- 1½ tasa / 240 g nilutong chickpeas, sariwa o de-latang
- 1 katamtamang sibuyas, hiniwa ng manipis
- 2½ tbsp / 15 g binalatan at pinong tinadtad na sariwang luya
- 2½ tasa / 600 ML stock ng gulay
- 7 oz / 200 g watercress
- 3½ oz / 100 g dahon ng spinach
- 2 tsp superfine sugar
- 1 tsp rosas na tubig
- asin
- Greek yogurt, ihain (opsyonal)
- Painitin muna ang oven sa 425°F / 220°C.

MGA TAGUBILIN

a) Paghaluin ang mga karot na may 1 kutsara ng langis ng oliba, ang ras el hanout, kanela, at isang masaganang kurot ng asin at ikalat nang patag sa isang kawali na nilagyan ng parchment paper. Ilagay sa oven sa loob ng 15 minuto, pagkatapos ay idagdag ang kalahati ng mga chickpeas, haluing mabuti, at lutuin ng isa pang 10 minuto, hanggang sa lumambot ang karot ngunit mayroon pa ring kagat.

b) Samantala, ilagay ang sibuyas at luya sa isang malaking kasirola. Igisa kasama ang natitirang langis ng oliba sa loob ng mga 10 minuto sa katamtamang init, hanggang ang sibuyas ay ganap na malambot at ginintuang. Idagdag ang natitirang mga chickpeas, stock, watercress, spinach, asukal, at ¾ kutsarita ng asin, haluing mabuti, at pakuluan. Magluto ng isang minuto o dalawa, hanggang sa matuyo ang mga dahon.

c) Gamit ang food processor o blender, blitz ang sopas hanggang makinis. Idagdag ang rosas na tubig, pukawin, tikman, at magdagdag ng higit pang asin o rosas na tubig kung gusto mo. Itabi hanggang sa maging handa ang carrot at chickpeas, pagkatapos ay initin muli upang ihain.

d) Upang ihain, hatiin ang sopas sa apat na mangkok at itaas ang mainit na karot at chickpeas at, kung gusto mo, mga 2 kutsarita ng yogurt bawat bahagi.

60. Mainit na yogurt at barley na sopas

MGA INGREDIENTS:
- 6¾ tasa / 1.6 litro ng tubig
- 1 tasa / 200 g perlas barley
- 2 medium na sibuyas, pinong tinadtad
- 1½ tsp pinatuyong mint
- 4 tbsp / 60 g unsalted butter
- 2 malalaking itlog, pinalo
- 2 tasa / 400 g Greek yogurt
- ⅔ oz / 20 g sariwang mint, tinadtad
- ⅓ oz / 10 g flat-leaf parsley, tinadtad
- 3 berdeng sibuyas, hiniwa nang manipis
- asin at sariwang giniling na itim na paminta

MGA TAGUBILIN

a) Pakuluan ang tubig kasama ang barley sa isang malaking kasirola, magdagdag ng 1 kutsarita ng asin, at kumulo hanggang maluto ang barley ngunit al dente pa rin, 15 hanggang 20 minuto. Alisin mula sa init. Kapag naluto na, kakailanganin mo ng 4¾ cups / 1.1 liters ng cooking liquid para sa sopas; top up ng tubig kung mas kaunti dahil sa evaporation.

b) Habang nagluluto ang barley, igisa ang sibuyas at pinatuyong mint sa katamtamang init sa mantikilya hanggang malambot, mga 15 minuto. Idagdag ito sa nilutong barley.

c) Pagsamahin ang mga itlog at yogurt sa isang malaking mangkok na hindi tinatablan ng init. Dahan-dahang ihalo ang ilan sa barley at tubig, isang sandok sa isang pagkakataon, hanggang sa uminit ang yogurt. Ito ay magpapainit sa yogurt at mga itlog at pipigilan ang mga ito sa paghahati kapag idinagdag sa mainit na likido.

d) Idagdag ang yogurt sa kaldero ng sopas at bumalik sa katamtamang init, patuloy na pagpapakilos, hanggang sa kumulo ang sopas. Alisin mula sa apoy, idagdag ang mga tinadtad na damo at berdeng sibuyas at suriin ang pampalasa.

e) Ihain nang mainit.

SALADS

61.Omani Seafood Salad

MGA INGREDIENTS:
PARA SA SALAD:
- 500g karne ng pating, niluto at hiniwa
- 1 tasa ng pipino, diced
- 1 tasang kamatis, hiniwa
- 1/2 tasa pulang sibuyas, pinong tinadtad
- 1/4 tasa sariwang cilantro, tinadtad
- 1/4 tasa sariwang mint, tinadtad
- 1 berdeng sili, pinong tinadtad (adjust sa panlasa)
- Asin at paminta para lumasa

PARA SA PAGBIBIBIS:
- 3 kutsarang langis ng oliba
- 2 kutsarang lemon juice
- 1 kutsarita ng ground cumin
- 1 kutsarita ng ground coriander
- Asin at paminta para lumasa

MGA TAGUBILIN:
a) Siguraduhin na ang karne ng pating ay lutong luto. Maaari mong i-ihaw, i-bake, o i-poach ito. Kapag naluto na, hayaang lumamig at pagkatapos ay hiwain ng kagat-laki.
b) Sa isang malaking mangkok, pagsamahin ang hiniwang karne ng pating, pipino, kamatis, pulang sibuyas, cilantro, mint, at berdeng sili.

GAWIN ANG PAGBIBIBIS:
c) Sa isang maliit na mangkok, haluin ang langis ng oliba, lemon juice, ground cumin, ground coriander, asin, at paminta.

MAGTIPON NG SALAD:
d) Ibuhos ang dressing sa mga sangkap ng salad at ihagis nang dahan-dahan hanggang sa maayos ang lahat.
e) Palamigin ang salad nang hindi bababa sa 30 minuto upang payagan ang mga lasa na maghalo.
f) Bago ihain, bigyan ang salad ng panghuling paghagis. Ayusin ang asin at paminta kung kinakailangan.
g) Ihain ang Omani-inspired shark salad na pinalamig.

62. Omani Tomato at Cucumber Salad

MGA INGREDIENTS:
- 4 na kamatis, hiniwa
- 2 mga pipino, diced
- 1 pulang sibuyas, pinong tinadtad
- 1 berdeng sili, pinong tinadtad
- Sariwang kulantro, tinadtad
- Juice ng 2 lemon
- Asin at paminta para lumasa

MGA TAGUBILIN:
a) Pagsamahin ang mga kamatis, pipino, pulang sibuyas, berdeng sili, at kulantro sa isang mangkok.
b) Magdagdag ng lemon juice, asin, at paminta. Ihagis upang pagsamahin.
c) Palamigin sa refrigerator ng isang oras bago ihain.

63. Omani Spinach at Pomegranate Salad

MGA INGREDIENTS:
- 4 na tasang sariwang dahon ng spinach
- 1 tasang buto ng granada
- 1/2 tasa feta cheese, gumuho
- 1/4 tasa ng mga walnuts, tinadtad
- Langis ng oliba
- Balsamic vinegar
- Asin at paminta para lumasa

MGA TAGUBILIN:
a) Ayusin ang mga dahon ng spinach sa isang serving platter.
b) Budburan ang mga buto ng granada, feta cheese, at tinadtad na mga walnut sa ibabaw ng spinach.
c) Magpahid ng olive oil at balsamic vinegar.
d) Timplahan ng asin at paminta. Ihagis nang malumanay bago ihain.

64. Omani Chickpea Salad (Salatat Hummus)

MGA INGREDIENTS:
- 2 tasang nilutong chickpeas
- 1 pipino, diced
- 1 kamatis, hiniwa
- 1/2 pulang sibuyas, pinong tinadtad
- 1/4 tasa tinadtad na sariwang mint
- 1/4 tasa tinadtad na sariwang perehil
- Juice ng 1 lemon
- 2 kutsarang langis ng oliba
- Asin at paminta para lumasa

MGA TAGUBILIN:
a) Sa isang mangkok, pagsamahin ang mga chickpeas, pipino, kamatis, pulang sibuyas, mint, at perehil.
b) Ibuhos ang lemon juice at langis ng oliba.
c) Timplahan ng asin at paminta.
d) Ihagis ng mabuti ang salad at ihain nang malamig.

65.Omani Tabbouleh Salad

MGA INGREDIENTS:
- 1 tasa ng bulgur na trigo, ibabad sa mainit na tubig sa loob ng 1 oras
- 2 tasang sariwang perehil, pinong tinadtad
- 1 tasa sariwang dahon ng mint, pinong tinadtad
- 4 na kamatis, pinong tinadtad
- 1 pipino, pinong tinadtad
- 1/2 tasa pulang sibuyas, pinong tinadtad
- Juice ng 3 lemon
- Langis ng oliba
- Asin at paminta para lumasa

MGA TAGUBILIN:

a) Alisan ng tubig ang basang bulgur at ilagay ito sa isang malaking mangkok.
b) Magdagdag ng tinadtad na perehil, mint, kamatis, pipino, at pulang sibuyas.
c) Sa isang maliit na mangkok, haluin ang lemon juice at langis ng oliba. Ibuhos sa salad.
d) Timplahan ng asin at paminta. Haluing mabuti at palamigin ng hindi bababa sa 30 minuto bago ihain.

66. Omani Fattoush Salad

MGA INGREDIENTS:
- 2 tasang pinaghalong salad greens (lettuce, arugula, radicchio)
- 1 pipino, diced
- 2 kamatis, hiniwa
- 1 pulang kampanilya paminta, tinadtad
- 1/2 tasa ng labanos, hiniwa
- 1/4 tasa sariwang dahon ng mint, tinadtad
- 1/4 tasa sariwang perehil, tinadtad
- 1/4 tasa ng langis ng oliba
- Juice ng 1 lemon
- 1 kutsarita sumac
- Asin at paminta para lumasa
- Pita na tinapay, inihaw at pinagpira-piraso

MGA TAGUBILIN:
a) Sa isang malaking mangkok, pagsamahin ang salad greens, cucumber, tomatoes, bell pepper, radishes, mint, at parsley.
b) Sa isang maliit na mangkok, haluin ang langis ng oliba, lemon juice, sumac, asin, at paminta.
c) Ibuhos ang dressing sa salad at ihagis upang pagsamahin.
d) Ibabaw ng toasted pita bread piraso bago ihain.

67. Omani Cauliflower, Bean, at Rice Salad

MGA INGREDIENTS:
PARA SA SALAD:
- 1 tasang nilutong basmati rice, pinalamig
- 1 maliit na ulo ng cauliflower, gupitin sa mga florets
- 1 lata (15 oz) kidney beans, pinatuyo at binanlawan
- 1/2 tasa tinadtad na sariwang perehil
- 1/4 tasa tinadtad na sariwang dahon ng mint
- 1/4 tasa hiniwang berdeng sibuyas

PARA SA PAGBIBIBIS:
- 3 kutsarang langis ng oliba
- 2 kutsarang lemon juice
- 1 kutsarita ng ground cumin
- 1 kutsarita ng ground coriander
- Asin at paminta para lumasa

MGA TAGUBILIN:
a) Painitin muna ang oven sa 400°F (200°C).
b) Ihagis ang mga floret ng cauliflower na may kaunting olive oil, asin, at paminta.
c) Ikalat ang mga ito sa isang baking sheet at inihaw para sa mga 20-25 minuto o hanggang sa ginintuang kayumanggi at malambot. Hayaang lumamig.
d) Magluto ng basmati rice ayon sa mga tagubilin sa pakete. Kapag luto na, hayaan itong lumamig sa temperatura ng silid.
e) Sa isang maliit na mangkok, haluin ang langis ng oliba, lemon juice, ground cumin, ground coriander, asin, at paminta. Ayusin ang pampalasa sa iyong panlasa.
f) Sa isang malaking mangkok ng salad, pagsamahin ang pinalamig na kanin, inihaw na cauliflower, kidney beans, tinadtad na perehil, tinadtad na mint, at hiniwang berdeng sibuyas.
g) Ibuhos ang dressing sa mga sangkap ng salad at ihagis nang dahan-dahan hanggang sa maayos ang lahat.
h) Palamigin ang salad nang hindi bababa sa 30 minuto bago ihain upang payagan ang mga lasa na maghalo.
i) Ihain ang pinalamig at palamutihan ng karagdagang sariwang damo kung ninanais.

68.Omani Date at Walnut Salad

MGA INGREDIENTS:
- 1 tasa ng pinaghalong salad greens
- 1 tasang petsa, pitted at tinadtad
- 1/2 tasa ng mga walnut, tinadtad
- 1/4 tasa feta cheese, gumuho
- Balsamic vinaigrette dressing

MGA TAGUBILIN:
a) Ayusin ang mga salad green sa isang serving platter.
b) Budburan ang mga tinadtad na petsa, mga walnut, at durog na feta cheese sa mga gulay.
c) Pahiran ng balsamic vinaigrette dressing.
d) Ihagis nang malumanay bago ihain.

69.Omani Carrot at Orange Salad

MGA INGREDIENTS:
- 4 na tasang ginutay-gutay na karot
- 2 dalandan, binalatan at pinaghiwa-hiwalay
- 1/4 tasa ng mga pasas
- 1/4 tasa tinadtad na pistachios
- Orange na vinaigrette dressing

MGA TAGUBILIN:
a) Sa isang malaking mangkok, pagsamahin ang mga ginutay-gutay na karot, orange na segment, pasas, at pistachio.
b) Pahiran ng orange na vinaigrette dressing.
c) Haluing mabuti at palamigin ng hindi bababa sa 30 minuto bago ihain.

70.Omani Quinoa Salad

MGA INGREDIENTS:
- 1 tasang lutong quinoa
- 1 tasa ng cherry tomatoes, hatiin
- 1 pipino, diced
- 1/2 tasa feta cheese, gumuho
- 1/4 tasa Kalamata olives, hiniwa
- Sariwang oregano, tinadtad
- Langis ng oliba
- Suka ng red wine
- Asin at paminta para lumasa

MGA TAGUBILIN:
a) Sa isang malaking mangkok, pagsamahin ang nilutong quinoa, cherry tomatoes, cucumber, feta cheese, olives, at sariwang oregano.
b) Magpahid ng olive oil at red wine vinegar.
c) Timplahan ng asin at paminta. Ihagis nang malumanay bago ihain.

71. Omani Beetroot at Yogurt Salad

MGA INGREDIENTS:
- 2 medium-sized na beetroots, pinakuluang at diced
- 1 tasa ng yogurt
- 2 cloves na bawang, tinadtad
- Asin, sa panlasa
- Tinadtad na dahon ng mint para sa dekorasyon

MGA TAGUBILIN:
a) Sa isang mangkok, paghaluin ang diced beetroots at yogurt.
b) Magdagdag ng tinadtad na bawang at asin, haluing mabuti.
c) Palamutihan ng tinadtad na dahon ng mint.
d) Palamigin bago ihain.

72. Omani Cabbage Salad

MGA INGREDIENTS:
- 1 maliit na repolyo, pinutol ng pino
- 1 karot, gadgad
- 1/2 tasa ng mayonesa
- 1 kutsarang puting suka
- 1 kutsarang asukal
- Asin at paminta para lumasa

MGA TAGUBILIN:
a) Sa isang malaking mangkok, pagsamahin ang ginutay-gutay na repolyo at gadgad na karot.
b) Sa isang hiwalay na mangkok, paghaluin ang mayonesa, puting suka, asukal, asin, at paminta upang gawin ang sarsa.
c) Ibuhos ang dressing sa pinaghalong repolyo at ihagis hanggang mabalot ng mabuti.
d) Palamigin bago ihain.

73. Omani Lentil Salad (Salatat Ad)

MGA INGREDIENTS:
- 1 tasang nilutong brown lentils
- 1 pipino, diced
- 1 kamatis, hiniwa
- 1 pulang sibuyas, pinong tinadtad
- Sariwang kulantro, tinadtad
- Langis ng oliba
- Lemon juice
- Ground cumin
- Asin at paminta para lumasa

MGA TAGUBILIN:
a) Sa isang mangkok, pagsamahin ang nilutong lentil, diced cucumber, diced tomato, at tinadtad na pulang sibuyas.
b) Ibuhos ang langis ng oliba at lemon juice.
c) Budburan ang ground cumin, sariwang kulantro, asin, at paminta.
d) Dahan-dahang ihagis ang salad at ihain nang malamig.

DESSERT

74. Omani Rose Water Pudding (Mahalabiya)

MGA INGREDIENTS:
- 1/2 tasa ng harina ng bigas
- 4 tasang gatas
- 1 tasang asukal
- 1 kutsarita ng rosas na tubig
- Tinadtad na pistachios para sa dekorasyon

MGA TAGUBILIN:
a) Sa isang mangkok, i-dissolve ang harina ng bigas sa isang maliit na halaga ng gatas upang lumikha ng isang makinis na paste.
b) Sa isang kasirola, init ang natitirang gatas at asukal sa katamtamang apoy.
c) Idagdag ang rice flour paste sa kasirola, patuloy na pagpapakilos hanggang sa lumapot ang timpla.
d) Alisin mula sa init at ihalo sa rosas na tubig.
e) Ibuhos ang timpla sa mga serving dish at hayaang lumamig.
f) Kapag naitakda, palamigin hanggang lumamig.
g) Palamutihan ng tinadtad na pistachios bago ihain.

75. Omani Halwa (Sweet Jelly Dessert)

MGA INGREDIENTS:
- 1/2 tasa ng Corn Flour
- 2 tasang Tubig
- 1 tasang Caster Sugar
- 2 tbsp Cashew Nuts, tinadtad (o almonds o pistachios)
- 1 kutsarang mantikilya
- 1/4 tsp Ground Cardamom
- 2 kurot ng Rose Water
- 1 kurot na Saffron Thread

MGA TAGUBILIN:
a) Paghaluin ang Corn Flour (1/2 cup) sa Tubig (2 cups) at itabi.
b) Sa isang heavy-bottomed na kawali, gawing karamel ang Caster Sugar (1 tasa). Bawasan ang apoy at ilagay ang tubig na pinaghalo ng harina. Sa una, ang caramelized na asukal ay maaaring maging matigas, ngunit ito ay matutunaw at maging isang makinis na likido habang ito ay umiinit.
c) Haluin nang tuluy-tuloy upang maiwasan ang mga bukol. Habang lumakapal ang timpla, magdagdag ng tinadtad na Cashew Nuts (2 tbsp), Butter (1 tbsp), Ground Cardamom (1/4 tsp), Rose Water (2 pinch), at Saffron Threads (1 pinch).
d) Hayaang maging makapal ang timpla at hanggang sa magsimula itong umalis sa mga gilid ng kawali.
e) Patayin ang apoy. Maaaring hindi agad tumigas ang halwa, ngunit ito ay magpapalapot habang lumalamig.

76.Omani Mushaltat

MGA INGREDIENTS:
PARA SA DOUGH:
- 4 na tasang All-purpose Flour
- 1 kutsarita ng Asin
- 1 kutsarang Asukal
- 1 kutsarita ng Baking Powder
- 1 tasang Mainit na Tubig
- 1/2 tasa ng Gatas
- 2 kutsarang Ghee, natunaw

PARA SA PAGPUPUNO:
- 2 tasang White Cheese (tulad ng Akkawi o Halloumi), ginutay-gutay
- 1 tasa ng sariwang perehil, tinadtad
- 1/2 tasa ng berdeng sibuyas, tinadtad
- 1/2 tasa sariwang Cilantro, tinadtad
- 1/2 tasa ng Fresh Mint, tinadtad
- 1/2 cup Feta Cheese, gumuho
- 1 kutsarita Black Sesame Seeds (opsyonal, para sa dekorasyon)

PARA SA BRUSH:
- 2 kutsarang Ghee, natunaw

MGA TAGUBILIN:
IHANDA ANG DOUGH:
a) Sa isang malaking mixing bowl, pagsamahin ang all-purpose na harina, asin, asukal, at baking powder.
b) Unti-unting magdagdag ng maligamgam na tubig at gatas sa mga tuyong sangkap, patuloy na paghahalo.
c) Masahin ang kuwarta hanggang sa maging makinis at nababanat.
d) Ibuhos ang tinunaw na ghee sa ibabaw ng kuwarta at ipagpatuloy ang pagmamasa hanggang sa maisama nang mabuti.
e) Takpan ang kuwarta gamit ang isang mamasa-masa na tela at hayaan itong magpahinga ng halos 1 oras.

Ihanda ang pagpupuno:
f) Sa isang hiwalay na mangkok, paghaluin ang ginutay-gutay na puting keso, sariwang perehil, berdeng sibuyas, cilantro, mint, at crumbled feta.

Tipunin ang MUSHALTAT:
g) Painitin muna ang oven sa 200°C (392°F).
h) Hatiin ang natitirang kuwarta sa maliliit na bahagi. Pagulungin ang bawat bahagi sa isang bola.
i) Pagulungin ang isang bola ng kuwarta sa isang manipis na bilog sa ibabaw ng floured.
j) Maglagay ng maraming dami ng cheese at herb filling sa kalahati ng bilog ng kuwarta.
k) Tiklupin ang kalahati ng kuwarta sa ibabaw ng pagpuno upang lumikha ng kalahating bilog na hugis. I-seal ang mga gilid sa pamamagitan ng pagpindot sa mga ito.
l) Ilagay ang pinagsama-samang Mushaltat sa isang baking sheet.

MAGBAKE:
m) I-brush ang tuktok ng bawat Mushaltat ng tinunaw na ghee.
n) Opsyonal, budburan ng itim na linga sa itaas para sa dekorasyon.
o) Maghurno sa preheated oven para sa mga 15-20 minuto o hanggang sa ginintuang kayumanggi.
p) Kapag naluto na, hayaang lumamig nang bahagya ang Mushaltat bago ihain.
q) Ihain nang mainit at tamasahin ang mga masasarap na lasa ng Omani Mushaltat!

77.Omani Date Cake

MGA INGREDIENTS:
- 2 tasang all-purpose na harina
- 1 tasa ng mantikilya, pinalambot
- 1 tasang asukal
- 4 na itlog
- 1 tasang date paste
- 1 kutsarita ng ground cardamom
- 1 kutsarita ng baking powder
- 1/2 tasa tinadtad na mani (walnuts o almonds)

MGA TAGUBILIN:
a) Painitin muna ang oven sa 350°F (175°C). Grasa at harina ang isang kawali ng cake.
b) Sa isang mangkok, pagsamahin ang mantikilya at asukal hanggang sa magaan at malambot.
c) Magdagdag ng mga itlog nang paisa-isa, matalo nang mabuti pagkatapos ng bawat karagdagan.
d) Paghaluin ang date paste, ground cardamom, at tinadtad na mani.
e) Pagsamahin ang harina at baking powder, pagkatapos ay unti-unting idagdag sa batter, paghahalo hanggang sa mahusay na pinagsama.
f) Ibuhos ang batter sa inihandang cake pan.
g) Maghurno ng humigit-kumulang 40-45 minuto o hanggang sa lumabas na malinis ang isang toothpick na ipinasok sa gitna.
h) Hayaang lumamig ang cake bago hiwain.

78. Omani Qamar al-Din Pudding

MGA INGREDIENTS:
- 1 tasang pinatuyong apricot paste (Qamar al-Din)
- 4 tasang tubig
- 1/2 tasa ng asukal (adjust sa panlasa)
- 1/4 tasa ng gawgaw
- 1 kutsarita ng orange blossom water (opsyonal)
- Tinadtad na mani para sa dekorasyon

MGA TAGUBILIN:
a) Sa isang kasirola, i-dissolve ang apricot paste sa tubig sa katamtamang init.
b) Magdagdag ng asukal at haluin hanggang matunaw.
c) Sa isang hiwalay na mangkok, paghaluin ang cornstarch na may kaunting tubig upang lumikha ng isang makinis na paste.
d) Dahan-dahang idagdag ang cornstarch paste sa pinaghalong aprikot, patuloy na hinahalo hanggang lumapot.
e) Alisin sa init at ihalo sa orange blossom na tubig kung gagamitin.
f) Ibuhos ang timpla sa mga serving dish at hayaang lumamig.
g) Palamigin hanggang itakda.
h) Palamutihan ng tinadtad na mani bago ihain.

79. Cardamom Rice Pudding

MGA INGREDIENTS:
- 1 tasang basmati rice
- 4 tasang gatas
- 1 tasang asukal
- 1 kutsarita ng ground cardamom
- 1/2 tasang pasas
- Tinadtad na mga almendras para sa dekorasyon

MGA TAGUBILIN:
a) Banlawan ang basmati rice at lutuin ito hanggang sa halos maluto.
b) Sa isang hiwalay na kaldero, painitin ang gatas at asukal sa katamtamang apoy, haluin hanggang matunaw ang asukal.
c) Idagdag ang bahagyang lutong bigas sa pinaghalong gatas.
d) Haluin ang ground cardamom at magdagdag ng mga pasas.
e) Lutuin sa mahinang apoy hanggang sa ganap na maluto ang kanin at lumapot ang timpla.
f) Alisin sa init at hayaang lumamig.
g) Palamigin hanggang lumamig.
h) Palamutihan ng tinadtad na almendras bago ihain.

80. Omani Luqaimat (Mga Matamis na Dumpling)

MGA INGREDIENTS:
- 2 tasang all-purpose na harina
- 1 kutsarang asukal
- 1 kutsarita ng lebadura
- 1 tasang mainit na tubig
- Langis para sa pagprito
- Sesame seeds at honey para sa dekorasyon

MGA TAGUBILIN:
a) Sa isang mangkok, paghaluin ang harina, asukal, lebadura, at maligamgam na tubig upang bumuo ng isang makinis na batter. Hayaang tumaas nang humigit-kumulang 1-2 oras.
b) Init ang mantika sa isang malalim na kawali.
c) Gamit ang isang kutsara, ihulog ang maliliit na bahagi ng batter sa mainit na mantika upang bumuo ng maliliit na dumplings.
d) Iprito hanggang sa ginintuang kayumanggi.
e) Alisin mula sa langis at alisan ng tubig sa mga tuwalya ng papel.
f) Budburan ng pulot at budburan ng sesame seeds bago ihain.

81. Omani Rose Cookies (Qurabiya)

MGA INGREDIENTS:
- 2 tasang semolina
- 1 tasang ghee, natunaw
- 1 tasang may pulbos na asukal
- 1 kutsarita ng rosas na tubig
- Tinadtad na pistachios para sa dekorasyon

MGA TAGUBILIN:
a) Sa isang mangkok, paghaluin ang semolina, tinunaw na ghee, pulbos na asukal, at rosas na tubig upang bumuo ng kuwarta.
b) Hugis ang kuwarta sa maliliit na cookies.
c) Ilagay ang cookies sa isang baking sheet.
d) Maghurno sa isang preheated oven sa 350°F (175°C) nang mga 15-20 minuto o hanggang sa ginintuang.
e) Palamutihan ng tinadtad na pistachios at hayaang lumamig bago ihain.

82. Omani Banana at Date Tart

MGA INGREDIENTS:
- 1 sheet na handa na puff pastry
- 3 hinog na saging, hiniwa
- 1 tasang petsa, pitted at tinadtad
- 1/2 tasa ng pulot
- Tinadtad na mani para sa dekorasyon

MGA TAGUBILIN:
a) Igulong ang puff pastry sheet at ilagay ito sa isang tart pan.
b) Ayusin ang hiniwang saging at tinadtad na petsa sa pastry.
c) Ibuhos ang pulot sa mga prutas.
d) Maghurno sa isang preheated oven sa 375°F (190°C) sa loob ng mga 20-25 minuto o hanggang sa maging ginintuang ang pastry.
e) Palamutihan ng tinadtad na mani bago ihain.

83. Omani Saffron Ice Cream

MGA INGREDIENTS:
- 2 tasang mabigat na cream
- 1 tasang condensed milk
- 1/2 tasa ng asukal
- 1 kutsarita na mga sinulid ng safron, ibinabad sa maligamgam na tubig
- Tinadtad na pistachios para sa dekorasyon

MGA TAGUBILIN:
a) Sa isang mangkok, hagupitin ang mabigat na cream hanggang sa mabuo ang stiff peak.
b) Sa isang hiwalay na mangkok, paghaluin ang condensed milk, asukal, at saffron-infused water.
c) Dahan-dahang tiklupin ang pinaghalong condensed milk sa whipped cream.
d) Ilipat ang pinaghalong sa isang lalagyan at i-freeze nang hindi bababa sa 4 na oras.
e) Palamutihan ng tinadtad na pistachios bago ihain.

84. Omani Cream Caramel (Muhallabia)

MGA INGREDIENTS:
- 1/2 tasa ng harina ng bigas
- 4 tasang gatas
- 1 tasang asukal
- 1 kutsarita ng rosas na tubig
- 1 kutsarita ng orange blossom water
- Tinadtad na pistachios para sa dekorasyon

MGA TAGUBILIN:
a) Sa isang kasirola, i-dissolve ang harina ng bigas sa isang maliit na halaga ng gatas upang lumikha ng isang makinis na paste.
b) Sa isang hiwalay na kaldero, init ang natitirang gatas at asukal sa katamtamang init.
c) Idagdag ang rice flour paste sa pinaghalong gatas, patuloy na pagpapakilos hanggang sa lumapot ang timpla.
d) Alisin mula sa init at ihalo sa rose water at orange blossom water.
e) Ibuhos ang timpla sa mga serving dish at hayaang lumamig.
f) Palamigin hanggang itakda.
g) Palamutihan ng tinadtad na pistachios bago ihain.

MGA INUMAN

85.Kashmir Kahwa

MGA INGREDIENTS:
- 4 tasang tubig
- 4-5 green cardamom pods, durog
- 4-5 buong cloves
- 1 cinnamon stick
- 1 kutsarita ng pinong gadgad na sariwang luya
- 2 kutsarang berdeng dahon ng tsaa
- Isang kurot ng saffron strands
- 4-5 almonds, blanched at hiniwa
- 4-5 pistachios, tinadtad
- Honey o asukal sa panlasa

MGA TAGUBILIN:
a) Sa isang kasirola, pakuluan ang 4 na tasa ng tubig.
b) Magdagdag ng green cardamom pods, whole cloves, cinnamon stick, at pinong gadgad na sariwang luya sa kumukulong tubig.
c) Hayaang kumulo ang mga pampalasa sa loob ng 5-7 minuto upang maipasok ang kanilang lasa sa tubig.
d) Bawasan ang init sa mababang at idagdag ang berdeng dahon ng tsaa sa spiced na tubig.
e) Hayaang matarik ang tsaa ng mga 2-3 minuto. Mag-ingat na huwag mag-over-steep para maiwasan ang pait.
f) Magdagdag ng isang kurot ng saffron strands sa tsaa, na nagbibigay-daan dito upang magbigay ng makulay na kulay at banayad na lasa.
g) Haluin ang blanched at sliced almonds pati na rin ang tinadtad na pistachios.
h) Patamisin ang Kashmiri Kahwa na may pulot o asukal ayon sa iyong kagustuhan. Haluing mabuti para matunaw.
i) Salain ang Kashmiri Kahwa sa mga tasa o maliliit na mangkok upang alisin ang mga dahon ng tsaa at buong pampalasa.
j) Ihain ang tsaa na mainit at palamutihan ng karagdagang mga mani kung ninanais.

86. Omani Sherbat

MGA INGREDIENTS:
- 1 litro ng Gatas
- 1 tasang Asukal
- 1/2 tasa ng Cream
- Ilang patak ang Vanilla Essence
- 1 kutsarita ng Hiniwang Almendras
- 1 kutsarita ng Hiniwang Pistachios
- 1 kutsarang Vanilla Custard
- 1 kurot Saffron

MGA TAGUBILIN:
a) Sa isang palayok, pakuluan ang gatas.
b) Magdagdag ng asukal, cream, vanilla essence, vanilla custard, saffron, hiniwang almond, at hiniwang pistachio sa kumukulong gatas.
c) Lutuin ang timpla sa mahinang apoy hanggang lumapot ang gatas. Haluin ng tuloy-tuloy para hindi dumikit sa ilalim.
d) Alisin ang palayok mula sa apoy at hayaang lumamig ang sherbat sa temperatura ng kuwarto.
e) Sa sandaling lumamig, ilagay ang timpla sa refrigerator upang palamig nang husto.
f) Ang Omani Sherbat ay handa na ngayong ihain.
g) Ibuhos ang pinalamig na sherbat sa mga baso at palamutihan ng karagdagang mga hiniwang almond at pistachio kung ninanais.

87.Omani Mint Lemonade (Limon w Nana)

MGA INGREDIENTS:
- 4 na lemon, tinadtad
- 1/2 tasa ng asukal
- 6 tasang tubig
- Mga sariwang dahon ng mint
- Yelo

MGA TAGUBILIN:
a) Sa isang pitsel, paghaluin ang lemon juice at asukal hanggang sa matunaw ang asukal.
b) Magdagdag ng tubig at haluing mabuti.
c) Dinurog ang ilang dahon ng mint at idagdag ang mga ito sa pitsel.
d) Palamigin nang hindi bababa sa 1 oras.
e) Ihain sa ibabaw ng ice cubes, pinalamutian ng sariwang dahon ng mint.

88.Omani Sahlab

MGA INGREDIENTS:
- 2 tasang gatas
- 2 kutsarang sahlab powder (ugat ng ground orchid)
- 2 kutsarang asukal
- 1/2 kutsarita ng giniling na kanela
- Dinurog na pistachios para sa dekorasyon

MGA TAGUBILIN:
a) Sa isang kasirola, painitin ang gatas sa katamtamang apoy.
b) Sa isang maliit na mangkok, paghaluin ang sahlab powder na may kaunting malamig na gatas upang bumuo ng isang makinis na paste.
c) Idagdag ang sahlab paste at asukal sa mainit na gatas, patuloy na pagpapakilos hanggang sa lumapot.
d) Alisin sa init at hayaang lumamig.
e) Ibuhos sa mga serving cup, budburan ng ground cinnamon, at palamutihan ng dinurog na pistachios.

89. Omani Tamarind Juice (Tamar Hindi)

MGA INGREDIENTS:
- 1 tasa ng tamarind paste
- 4 tasang tubig
- Asukal (opsyonal, sa panlasa)
- Yelo
- Mga dahon ng mint para sa dekorasyon

MGA TAGUBILIN:
a) Paghaluin ang tamarind paste sa tubig sa isang pitsel.
b) Patamisin ng asukal kung gusto.
c) Haluing mabuti hanggang sa ganap na matunaw ang tamarind paste.
d) Palamigin nang hindi bababa sa 1 oras.
e) Ihain sa ibabaw ng ice cubes, pinalamutian ng dahon ng mint.

90. Omani Rosewater Lemonade

MGA INGREDIENTS:
- 4 na lemon, tinadtad
- 1/4 tasa ng asukal (adjust sa panlasa)
- 4 tasang malamig na tubig
- 1 kutsarang rosas na tubig
- Yelo
- Mga sariwang talulot ng rosas para sa dekorasyon

MGA TAGUBILIN:
a) Sa isang pitsel, pagsamahin ang sariwang kinatas na lemon juice at asukal.
b) Magdagdag ng malamig na tubig at haluin hanggang sa matunaw ang asukal.
c) Haluin ang rosas na tubig.
d) Palamigin nang hindi bababa sa 1 oras.
e) Ihain sa ibabaw ng ice cubes at palamutihan ng mga sariwang talulot ng rosas.

91.Omani Jallab

MGA INGREDIENTS:
- 1 tasang grape molasses (dibs)
- 4 tasang tubig
- 1 kutsarang rosas na tubig
- Yelo
- Pine nuts at tinadtad na pistachios para sa dekorasyon
- Mga pasas para sa paghahatid

MGA TAGUBILIN:
a) Paghaluin ang grape molasses sa tubig sa isang pitsel.
b) Magdagdag ng rosas na tubig at haluing mabuti.
c) Palamigin nang hindi bababa sa 1 oras.
d) Ihain sa ibabaw ng ice cubes, pinalamutian ng mga pine nuts at tinadtad na pistachio.
e) Opsyonal, magdagdag ng mga pasas sa bawat paghahatid.

92. Omani Saffron Milk (Haleeb al-Za'fran)

MGA INGREDIENTS:
- 2 tasang gatas
- 1/4 kutsarita na sinulid ng safron, ibinabad sa maligamgam na tubig
- 2 kutsarang pulot (adjust sa panlasa)
- Ground cinnamon para sa dekorasyon

MGA TAGUBILIN:
a) Init ang gatas sa isang kasirola hanggang mainit.
b) Magdagdag ng saffron-infused water at honey, haluing mabuti.
c) Ibuhos sa mga serving cup.
d) Palamutihan ng isang sprinkle ng ground cinnamon.
e) Ihain nang mainit.

93. Omani Banana Date Smoothie

MGA INGREDIENTS:
- 2 hinog na saging
- 1/2 tasa ng petsa, pitted at tinadtad
- 1 tasa ng yogurt
- 1 tasang gatas
- Honey (opsyonal, sa panlasa)
- Yelo

MGA TAGUBILIN:
a) Sa isang blender, pagsamahin ang hinog na saging, tinadtad na petsa, yogurt, at gatas.
b) Haluin hanggang makinis.
c) Patamisin ng pulot kung ninanais.
d) Magdagdag ng ice cubes at timpla muli.
e) Ibuhos sa mga baso at ihain nang malamig.

94. Omani Pomegranate Mocktail

MGA INGREDIENTS:
- 1 tasang katas ng granada
- 1/2 tasa ng orange juice
- 1/4 tasa ng lemon juice
- Tubig ng soda
- Asukal (opsyonal, sa panlasa)
- Yelo
- Mga hiwa ng orange para sa dekorasyon

MGA TAGUBILIN:
a) Sa isang pitsel, paghaluin ang katas ng granada, katas ng orange, at katas ng lemon.
b) Patamisin ng asukal kung gusto.
c) Punan ang mga baso ng mga ice cube.
d) Ibuhos ang pinaghalong juice sa ibabaw ng yelo.
e) Itaas na may tubig na soda.
f) Palamutihan ng mga hiwa ng orange.

95. Omani Saffron Lemonade

MGA INGREDIENTS:
- 4 na lemon, tinadtad
- 1/4 kutsarita na sinulid ng safron, ibinabad sa maligamgam na tubig
- 1/2 tasa ng asukal (adjust sa panlasa)
- 4 tasang malamig na tubig
- Yelo
- Mga sariwang dahon ng mint para sa dekorasyon

MGA TAGUBILIN:
a) Sa isang pitsel, pagsamahin ang sariwang kinatas na lemon juice, saffron-infused na tubig, at asukal.
b) Magdagdag ng malamig na tubig at haluin hanggang sa matunaw ang asukal.
c) Palamigin nang hindi bababa sa 1 oras.
d) Ihain sa ibabaw ng ice cubes at palamutihan ng sariwang dahon ng mint.

96.Omani Cinnamon Date Shake

MGA INGREDIENTS:
- 1 tasang petsa, pitted at tinadtad
- 2 tasang gatas
- 1/2 kutsarita ng giniling na kanela
- Honey (opsyonal, sa panlasa)
- Yelo

MGA TAGUBILIN:
a) Sa isang blender, pagsamahin ang tinadtad na mga petsa, gatas, at giniling na kanela.
b) Haluin hanggang makinis.
c) Patamisin ng pulot kung ninanais.
d) Magdagdag ng ice cubes at timpla muli.
e) Ibuhos sa mga baso at ihain nang malamig.

97. Omani Coconut Cardamom Shake

MGA INGREDIENTS:
- 1 tasang gata ng niyog
- 1 tasang plain yogurt
- 1/2 kutsarita ng ground cardamom
- Asukal o pulot (adjust sa panlasa)
- Yelo
- Mga toasted coconut flakes para sa dekorasyon

MGA TAGUBILIN:
a) Sa isang blender, pagsamahin ang gata ng niyog, plain yogurt, ground cardamom, at sweetener.
b) Haluin hanggang sa maayos na pinagsama.
c) Magdagdag ng ice cubes at timpla muli.
d) Ibuhos sa mga baso at palamutihan ng toasted coconut flakes.

98. Omani Minty Green Tea

MGA INGREDIENTS:
- 2 green tea bag
- 4 tasang mainit na tubig
- 1/4 tasa sariwang dahon ng mint
- Asukal o pulot (adjust sa panlasa)
- Yelo
- Mga hiwa ng lemon para sa dekorasyon

MGA TAGUBILIN:
a)   Matarik na green tea bags sa mainit na tubig para sa mga 3-5 minuto.
b)   Magdagdag ng sariwang dahon ng mint sa mainit na tsaa.
c)   Patamisin ng asukal o pulot at haluing mabuti.
d)   Hayaang lumamig ang tsaa, pagkatapos ay palamigin.
e)   Ihain sa ibabaw ng ice cubes, pinalamutian ng mga hiwa ng lemon.

99.Omani Orange Blossom Iced Tea

MGA INGREDIENTS:
- 4 na itim na bag ng tsaa
- 4 tasang mainit na tubig
- 1/4 tasa ng orange blossom na tubig
- Asukal o pulot (adjust sa panlasa)
- Yelo
- Mga hiwa ng orange para sa dekorasyon

MGA TAGUBILIN:
a) Ilagay ang mga itim na bag ng tsaa sa mainit na tubig nang mga 3-5 minuto.
b) Magdagdag ng orange blossom water at patamisin ng asukal o pulot.
c) Haluing mabuti at hayaang lumamig ang tsaa, pagkatapos ay palamigin.
d) Ihain sa ibabaw ng ice cubes, pinalamutian ng mga hiwa ng orange.

100. Omani Pomegranate Mint Cooler

MGA INGREDIENTS:
- 1 tasang katas ng granada
- 1/2 tasa sariwang dahon ng mint
- 1 kutsarang pulot
- 4 tasang malamig na tubig
- Yelo
- Pomegranate aril para sa dekorasyon

MGA TAGUBILIN:
a) Sa isang blender, pagsamahin ang katas ng granada, sariwang dahon ng mint, at pulot.
b) Haluin hanggang ang mint ay makinis na tinadtad.
c) Salain ang timpla sa isang pitsel.
d) Magdagdag ng malamig na tubig at haluing mabuti.
e) Palamigin nang hindi bababa sa 1 oras.
f) Ihain sa ibabaw ng ice cubes at palamutihan ng mga aril ng granada.

KONGKLUSYON

Habang tinatapos namin ang aming paggalugad sa "Ang mayamang lasa ng oman" ipinaaabot namin ang aming taos-pusong pasasalamat sa pagsama sa amin sa culinary adventure na ito sa pamamagitan ng makulay na gastronomic landscape ng Sultanate. Inaasahan namin na ang mga recipe na ito ay hindi lamang naakit ang iyong panlasa ngunit nagbigay din ng isang sulyap sa puso at kaluluwa ng kultura ng Omani.

Ang cookbook na ito ay higit pa sa isang compilation ng mga recipe; ito ay isang pagpupugay sa pagiging tunay ng Omani cuisine at sa mga taong bukas-palad na nagbahagi ng kanilang culinary heritage. Habang ninanamnam mo ang mga huling kagat ng mga pagkaing ito, hinihikayat ka naming dalhin ang diwa ng mga lasa ng Omani sa sarili mong kusina, na lumilikha ng tulay sa pagitan ng mga kultura at nagpapaunlad ng pagpapahalaga sa masaganang tradisyon sa pagluluto ng magandang bansang ito.

Nawa'y ang mga alaala na nilikha sa paligid ng mga recipe na ito ay maging kasingtagal ng mga siglong lumang tradisyon na nagbigay inspirasyon sa kanila. Salamat sa paggawa ng "Ang mayamang lasa ng oman" bilang bahagi ng iyong culinary journey. Hanggang sa muling magkrus ang ating mga landas sa mundo ng masasarap na pagtuklas, masayang pagluluto at "bil hana wa shifa" (sa iyong kalusugan at kaligayahan)!

www.ingramcontent.com/pod-product-compliance
Lightning Source LLC
Chambersburg PA
CBHW071322110526
44591CB00010B/990